Ngữ pháp tiếng Việt thực dụng

實用越語語法
輕鬆學

阮氏青河　著

推薦序

從女工到越南語老師

　　我和青河認識已經超過10年。當時她大學畢業後千里迢迢來台灣工作，在高雄楠梓工業區當作業員。越南自1986年改革開放以來，經濟發展平均每年以6%以上的速度成長。這當中，有一部分的原因歸功於越南年輕人的吃苦耐勞特性。身為改革開放後的年輕一代，阮氏青河也不例外。

　　當時，青河一方面認真工作，一方面學習台語及華語。後來因緣際會之下她認識現在的翁婿（ang-sài）Hong-ki。他們兩人結婚之後在台南定居成為「越鄉人」第一代。來台南後他們在台南開設「貧乏物語」二手書店。書店在當前的社會其實不好經營。與其說賣書賺錢，不如說至少有免費的書可讀。因為經營書店的關係，青河有更多時間讀書。在一次偶然的機會裡，我建議她何不申請成大研究所就讀以充實自己的知識與學位。後來，她果真申請上成大歷史所。讀完碩士班後又持續就讀博士。就讀成大期間，她也開始轉型學習擔任越南語教學老師。

　　台灣當前越南語師資需求相當大，然而合乎學術標準的師資其實不多。有鑑於此，國立成功大學越南研究中心持續投入資源從事師資的培訓、教材的研發及國際越南語認證的推廣。青河經過多年的培訓及實務教

瑞蘭國際

學，如今已成為知名的越南語教師。她積極充實自己且將成果撰寫成專書，實值得肯定與喝采！我相信所有的越鄉人都是台灣的寶，也是促進台、越文化交流的重要先鋒！

蔣為文

國立成功大學越南研究中心主任

作者序

語法是學習語言的基本語料

　　語法是語言的詞語組合、造句之結構與規律。學習任何語言都需要按照這個常規。學習母語時，學習者可能會忽略語法的存在，而按照前人的習慣來說、寫自己的話語。學習外語的方式有很多種，有的比較注重口語的反應、訓練（直接教學法、溝通情境教學法），有的則比較注重語法的訓練（文法翻譯教學法）。無論使用哪一種學習法，學習者都需要預備的三個基本語料是：語音、語法與詞彙。

　　語音是語言的聲音符號，是具體存在的物理現象。語法是一個組織嚴密的複雜系統，具有系統性的規律。詞彙則是最小的造句單位，能獨立運用並具有一定的語音、語義和語法功能。簡單來說，語音是語言的外殼，語法是語言的框架，詞彙是語言的具體細胞。這三樣東西在語言學習裡都是不可或缺的要素。但是語音可能因為地區的不同造成不同的腔調，詞彙也會因為時代的改變而有些詞語被淘汰或有一些新的詞語會出現，只有語法仍可與時間並存不變。

　　越語的語法其實與華語或台語有很多雷同的地方，但是也有些不一樣。學習越語的過程，除了清楚越語的語音發音、累計大量的詞彙外，還需要知道語法的結構，從此才可以造出更精準、漂亮的語句。本書的問世

是本人十多年來的越語教學、及華語自學的經驗所累積而成。在自學華語的時候，我都要先了解每個語法的架構，再來用其他的詞彙替換組成不同的句子；在教越語的時候，我也比較喜歡用文法翻譯教學法，來教授學生新的語言知識。

在撰寫這本書的過程，我盡量用最簡單、白話的詞語來解釋一些語法單位，而不是只純粹把越語的概念翻譯成中文的詞語。這本書很適合已經有越語基礎概念的人參考、自學，也是越語教師不可缺少的讀物。在越語教學領域，大家比較常看到的是教科書、自學教材，但是越語的專業語法書比較少，畢竟專業、學術類的讀物一般讀者都較少接觸。此書雖然有許多專業術語，但是很詳細、具體地解釋每一個語法單位，並用中文解釋每一個語法單位的用法，加上具體的例句，這些都是為了讓讀者可以將語法實際運用在生活上，而不再只是專業、學術的概念而已。

本書能夠順利地出版，首先要感謝瑞蘭國際出版的專業編輯團隊大力支持，仔細地看每一個詞語是否需要修改，讓所有語句史順暢易懂。再來要感謝我的好友們，也是越語教學的先進們，如：陳氏蘭老師、譚翠玉老師、呂越雄老師、陳理揚老師，謝謝你們在百忙之中仍願意幫忙校訂。同

時還要感謝蔣為文教授幫我寫推薦序，並且給我許多鼓勵。最後要感謝我的家人無限的支持；感謝我的學生們，無論是學習越語的台灣學生，還是學習如何教授越語的越南學生，大家的努力學習讓我有動力可以撰寫下去。無論如何，希望各界讀者給予指正，讓我的下一部作品能夠更完整。

　　在撰寫這本書的過程，除了以自己對越語、華語的理解來編寫之外，我也參考了很多前輩們的語法著作。我也想在此感謝他們，並列出以下書目供有需要的讀者參考！

參考書目

Nguyễn Hữu Quỳnh, *Ngữ pháp Tiếng Việt*, Hà Nội: Nhà xuất bản Từ điển Bách Khoa, 2007.

梁遠、祝仰修合編，《現代越南語語法》，北京：世界圖書出版公司，2012年。

黃成穩，《實用現代漢語語法》，北京：知識出版社，2003年。

　　《實用越語語法輕鬆學》是一本用中文來詳解越語語法的書，另外，

也用西方語言的語法架構來理解越語的每一個語法單元。此書就像越語的一棵種苗被種下，希望讀者可以每天照顧、培養，讓自己的越語能力可以得到甜美的果實。

阮氏青河

2018年5月

如何使用本書

一、動詞是什麼？

動詞是用來說明或表示各類動作的詞彙。越語句子中，除了形容詞作為謂語的句子之外，基本上每個完整的句子都有一個動詞。以語法的作用，動詞可分為「一般動詞」和「特殊動詞」，而一般動詞又分為「及物動詞」與「不及物動詞」；「特殊動詞」則包括「趨向動詞」、「助動詞」、「連繫動詞」等。以意義區分的話，又可分為「活動動詞」、「存現動詞」、「情態動詞」、「使令動詞」、「趨向動詞」、「感官動詞」、「判斷動詞」等。

二、按語法結構分類動詞

（一）一般動詞

1. 及物動詞

指主語針對一個客體的動作，因此需要一個受詞。例如：「học」（學）、「ăn」（吃）、「đánh」（打）……等。

▶ Chúng tôi học tiếng Việt. 我們學越南語。

2. 不及物動詞

指主語的自我狀態或活動，因此不需要加受詞。例如：「đi」（走著）、「nằm」（躺著）、「tắm」（洗澡）……等。

▶ Em bé ngủ. 小朋友睡覺。

有一些人的活動、移動屬於不及物動詞（靜態），但也可以與趨向動詞結合來表示動作的方向（動態），例如：

靜態	動態
nằm（躺著）	nằm xuống（躺下）
ngồi（坐著）	ngồi lên（坐起來、坐上）
bò（趴著、爬著）	bò ra（趴出、爬出）
quỳ（跪著）	quỳ xuống（跪下）
đứng（站著）	đứng lên（站起來、站上）
đi（走著）	đi vào（走進）
chạy（跑著）	chạy về（跑回）
nhảy（跳著）	nhảy lên（跳上）
trèo（攀爬）	trèo xuống（攀爬下）
bay（飛著）	bay lên（飛起來、飛上）
trượt（滑著）	trượt vào（滑進）

（二）特殊動詞

1. 趨向動詞

趨向動詞表示動作的趨向，亦屬於不及物動詞，可以直接當做謂語，如果後面要加補語，通常是地點的名詞，或加方位詞之後再加名詞。例如：

▶ Tôi đi Việt Nam. 我去越南。

▶ Tôi lên trên tầng hai. 我上二樓。

趨向動詞包括：

▶ đi（去）

▶ về（回）

入門介紹

每一章節的一開始，就會清楚說明該課的基礎語法概念，入門無負擔。

學習單元

全書由發音、詞法、句法，循序漸進分為十六單元，讓你完整建立越語語法概念。

比較表格

當遇到需要比較、對照的語法時，會使用表格讓語法觀念更加清晰，好記又好學。

---

80 實用越語語法輕鬆學

四、動詞詞組

（一）什麼是動詞詞組？

動詞詞組是以動詞作為核心的詞組。其前後可以加上不同的附屬詞語用來修飾或補充動詞的意思。動詞詞組可以分為前端、核心及後端。越語的動詞分成很多不同類型，因此不是所有動詞詞組的組合都有一樣的模式。

（二）動詞詞組的結構

動詞詞組 ＝ 前端 ＋ 核心動詞 ＋ 後端

1. 動詞的前端

動詞詞組的前端可以是副詞（時間副詞、否定副詞、頻率副詞）、助動詞。例如：

- Tôi đang ăn cơm. 我在吃飯。
- Anh không thích mùi nước mắm. 我不喜歡魚露味。
- Tôi thường uống cà phê. 我常喝咖啡。
- Nó phải đi làm. 她要上班。

2. 動詞的後端是名詞、代詞、動詞、形容詞或副詞

動詞詞組的後端可以是一個詞或另一個詞組，按核心動詞的意義與類型。動詞詞組的後端可以是名詞、代詞、動詞、形容詞或副詞。

第四單元：動詞與動詞詞組 81

（1）後端用來補充核心動詞的對象：及物動詞的後端通常是名詞、代詞。

- Tôi mua áo. 我買衣服。

（2）後端用來補充核心動詞的趨向：在趨向動詞後面的後端，通常是另外一個動詞或地點的名詞。

- Chúng tôi đi ăn cơm. 我們去吃飯。
- Tôi đi Việt Nam. 我去越南。

（3）後端用來補充核心動詞的目的：要用另一個動詞來修飾核心動詞，此後端的詞組補充核心動詞的目的。

- Hôm nay anh ấy học nhảy. 今天他學跳舞。

（4）後端用來補充核心動詞的使令：要用動詞、指人的名詞或代詞。

- Thầy giáo bắt học thuộc. 老師要求背熟。

（5）後端用來補充核心動詞的收發行動：要用兩個不同的名詞，扮演直接補語與間接補語的角色。

- Hôm qua tôi đã gửi email cho anh ấy. 昨天我已經寄信給他。

（6）後端用來補充核心動詞的完成、結果：要用形容詞或時間、結果副詞。

- Tôi ăn xong rồi. 我吃完了。

（7）後端用來補充核心動詞的時間、地點、方式：要用時間、地點名詞或副詞。

- Bây giờ mọi người đang ngủ trưa. 現在大家正在睡午覺。

清晰說明

每個語法皆用簡單易懂的方式說明，讓你輕鬆抓住即將學習的語法重點。

豐富例句

每一語法規則，皆會附上相關例句，搭配用顏色標明的重點字、中文翻譯，一看例句馬上明白實際的語法運用。

圖示說明

在某些越語特有的語法處，適時加入圖示說明，提升語法理解力。

越語測量高度、長度的單位詞

越語	中文	國際單位	例如
mi-li mét	毫米	mm	dài một mi-li mét（長1毫米）
phân	公分	cm	rộng một phân（寬1公分）
mét	米、公尺	m	cao một mét（高1公尺）
ki-lô-mét / cây số	公里	km	khoảng cách một ki-lô-mét（距離1公里）

3. 測量面積、體積

測量面積、體積的單位詞，有的用傳統的表示方式，有的則用國際測量單位表示。

越語測量面積、體積的單位詞

越語	中文	國際單位	例如
mét vuông	平方公尺	m²	một mét vuông nhà（1平方公尺房子）
héc-ta	公頃	ha	một héc-ta rừng（1公頃森林）
ki-lô-mét vuông	平方公里	km²	một ki-lô-mét vuông đất（1平方公里土地）
thước	尺	24m²	một thước ruộng（1尺田）
sào	殘（十分之一北部畝）	360m²	một sào ruộng（1殘田）
mẫu	畝（北部）	3600m²	một mẫu ruộng（1畝田）

越語	中文	國際單位	例如
công	畝（南部）	1000m²	một công đất（1畝田）
mi-li-lít	毫升	ml	một mi-li-lít nước cất（1毫升蒸餾水）
lít	公升	l	một lít rượu（1公升酒）
khối	立方公尺	m³	một khối nước（1立方公尺水）

4. 測量時間

測量時間的單位詞同時也是名詞，因此在數字後面就直接加關於時間的單位詞（名詞），不必另外多加單位詞。

越語測量時間的單位詞（名詞）

越語	中文	例如
giây	秒	Kỉ lục chạy 100m hiện nay là dưới 10 giây. 目前的跑步100米紀錄是10秒以下。
phút	分鐘	Thời gian của một tiết học là 50 phút. 一節課的時間是50分鐘。
giờ	小時	Tôi học tiếng Việt 3 giờ mỗi ngày. 我每天學越南語3小時。
ngày	天	Tôi đi Việt Nam 5 ngày. 我去越南5天。
tuần	星期	Một năm có 52 tuần. 一年有52週。
tháng	月	Một năm có 12 tháng. 一年有12個月。
quý	季、三個月	Chúng tôi kiểm hàng một quý một lần. 我們一季盤點1次。

完整收錄

除了解析越語語法特性，作者也針對單位詞、連詞、介詞等詞性，列出常見用字，學習語法的同時，也能增進詞彙量。

整理表格

以表格整理相關主題用字，除了一目了然外，更能幫助學習、記憶越語常用字。

六、練習

（一）請選出正確的答案。

1. Chúng tôi rất _____ được hợp tác với quý công ty.
   - (A) hy vọng
   - (B) thành công
   - (C) tiến hành
   - (D) xuất hiện

2. Tôi _____ rằng anh ấy sẽ thành công.
   - (A) tin
   - (B) đến
   - (C) làm
   - (D) yêu cầu

3. Rất đáng tiếc, chúng tôi _____ đáp ứng yêu cầu của khách hàng.
   - (A) nên
   - (B) được
   - (C) phải
   - (D) có thể

4. Học sinh đang xếp hàng lần lượt _____ đường.
   - (A) đi
   - (B) qua
   - (C) đến
   - (D) lại

5. Sau cơn giông, trên bầu trời _____ một chiếc cầu vồng thật đẹp.
   - (A) đến
   - (B) xuất hiện
   - (C) tạo nên
   - (D) biến mất

（二）請填入正確的詞語。

1. Chúng tôi _____ học tiếng Việt sáu tháng rồi.
2. Tôi _____ đi học đúng giờ.
3. Tôi _____ mua một cái áo dài.
4. Anh ấy gửi _____ tôi một bức thư rất dài.
5. Tôi không muốn nói _____ chuyện đó nữa.
6. Tôi đang dạy tiếng Việt _____ Đài Loan.
7. Chúng tôi rất muốn _____ văn hóa Việt Nam.
8. Tôi thường mua vé máy bay _____ mạng.
9. Anh ấy thích viết _____ bút máy.
10. Hôm nay chúng ta sẽ học _____ bài năm.

課後練習

除了發音外，每課皆設
計練習題，測驗學習成
果不馬虎。

選擇題

與越語檢定題型模式相同
的四選一選擇題，測驗你
對越語語法的基礎掌握。

問答題

除了選擇題外，有些單元
還有問答題練習，讓你進
一步測驗翻譯、造句等實
用技巧。

目次

越語語法架構

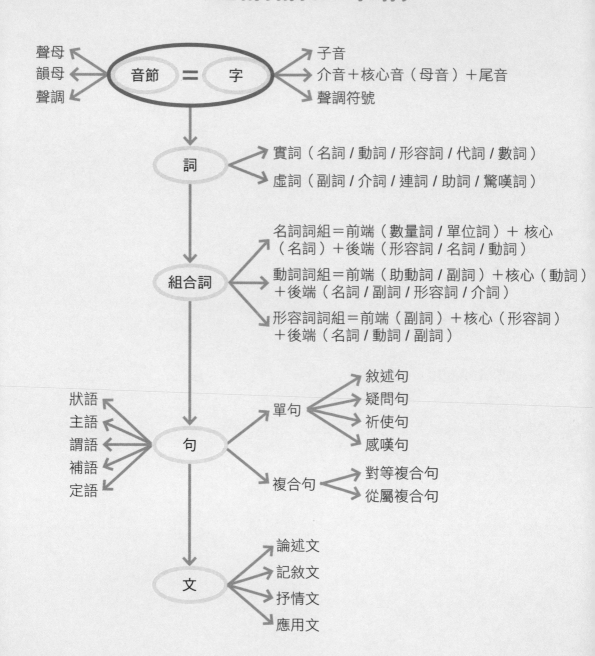

聲母
韻母 ← 音節 ＝ 字 → 子音
聲調 → 介音＋核心音（母音）＋尾音
→ 聲調符號

詞 → 實詞（名詞 / 動詞 / 形容詞 / 代詞 / 數詞）
→ 虛詞（副詞 / 介詞 / 連詞 / 助詞 / 驚嘆詞）

組合詞 → 名詞詞組＝前端（數量詞 / 單位詞）＋ 核心（名詞）＋後端（形容詞 / 名詞 / 動詞）
→ 動詞詞組＝前端（助動詞 / 副詞）＋核心（動詞）＋後端（名詞 / 副詞 / 形容詞 / 介詞）
→ 形容詞詞組＝前端（副詞）＋核心（形容詞）＋後端（名詞 / 動詞 / 副詞）

狀語
主語
謂語 ← 句 → 單句 → 敘述句 / 疑問句 / 祈使句 / 感嘆句
補語
定語 → 複合句 → 對等複合句 / 從屬複合句

文 → 論述文 / 記敘文 / 抒情文 / 應用文

越語文字的拼音結構

Phiên âm tiếng Việt rất đơn giản.

越語拼音很簡單。

越語文字系統是採用「羅馬字系統」來表音，每一個不同的字母代表一個不同的音，因此要背熟越語單字就要先知道該字的發音，從此才可熟悉該字的發音方式，同時也熟悉該字的寫法。

越語文字是單音節的字語，並屬孤立、不變型字的語言，語音最小的單位是音素。音素不同，意思就不同。音素的概念是語音學裡面最小可分隔的單位。在象形文字裡沒有這個概念，只有表音的文字系統才有。不過越南的語文與西方國家的語文有些不同，不同之處在於字的音節和聲調。越語的音素包括：「聲母」、「韻母」與「聲調」。

學習越語的遵行步驟

越語音節（字）拼音結構與位置

音素1：聲母（initial）	音素2：聲調（tone）		
	音素3：韻母（rhyme）		
	介音（glide）	核心音（vowel）	韻尾（coda）

一、聲母

- 聲母就是一個音節的開始。

- 聲母通常都是一個字最前面的子音，不過有些字沒有子音聲母。

- 聲母決定該字發音的開始。

（一）什麼是子音？

　　子音的發音結構與母音不同之處，在於當子音的聲音發出時，氣流會從喉嚨送出來，然後會卡在不同的位置，或有不同的發音方式造成不同的音。也就是說，每一種發音方式和氣流阻礙位置的不同，會造成不同的子音。越語文字有16個「單子音」與11個「複子音」，其中有一些子音寫法不同但發音相同，所以子音總共有27個字但只有23個音，全部都能放在字頭當「聲母」。另外有些子音亦可以放在字的最後，當做音節的結尾，稱為「子音韻尾」。在所有子音當中，只有8個子音（5個單子音、3個複子音）能與母音結合為韻母，並且放在母音的後面當子音韻尾。整理如下：

- 越語的16個單子音：B / b、C / c、D / d、Đ / đ、G / g、H / h、K / k、L / l、M / m、N / n、P / p、R / r、S / s、T / t、V / v、X / x

- 越語的11個複子音：Ch / ch、Gh / gh、Gi / gi、Kh / kh、Ng / ng、Ngh / ngh、Nh / nh、Ph / ph、Qu / qu、Th / th、Tr / tr

- 越語8個能與母音結合為韻母、放在母音後當「子音韻尾」的子音：c、ch、m、n、ng、nh、p、t

（二）子音的發音方式與位置（按位置排列）

子音的發音方式與位置（按位置排列）

方式 ＼ 位置		嘴唇	上齒齦	上齒背	舌面	舌根	喉
塞音	清音	p[p]	t[t]	tr[t]	ch[c]	c; k; q[k]	
	送氣音		th[tʰ]				
	濁音	b[ɓ]	đ[d]		d[ɟ]		
擦音	清音	ph[f]	x[s]	s[ʂ]		kh[x]	h[h]
	濁音	v[v]	gi[z]	r[ʐ]		g; gh[ɣ]	
鼻音		m[m]	n[n]		nh[ɲ]	ng; ngh[ŋ]	
邊音			l[l]				

（三）子音的發音與書寫（按 A a 至 Z z 排列）

子音的發音與書寫（按A a至Z z排列）

序	子音書寫	國際音標	適用位置與發音重點	例
1	B b	[ɓ]	只能用於子音聲母（字頭），是個濁音，發音位置與注音「ㄅ」相同，但是發音的時候，要出力使聲帶有明顯的震動。	ba（三）

第一單元

序	子音書寫	國際音標	適用位置與發音重點	例
2	C c	[k]	「c」可用於子音聲母及子音韻尾。當用於子音聲母時，不會與前母音「i」、「ê」、「e」結合，只會與中母音「a」、「ă」、「ơ」、「â」、「ư」和後母音「o」、「ô」、「u」結合。發音位置與注音「ㄍ」相同。	cá（魚）các（各）
	K k		「k」只能用於子音聲母，且只能與前母音「i」、「ê」、「e」結合，發音位置與注音「ㄍ」相同，但為了與「c」區別，可以發音成「ㄍㄚ」。	kí（簽）
	Qu qu	[ku]	「q」只能用於子音聲母，發音位置與注音「ㄍ」相同，但它只與介音「u」結合成為「qu」，因此「qu」可以視為一個複子音，發音會如同注音「ㄍㄨ」。	quê（故鄉）
3	Ch ch	[c]	可用於子音聲母及子音韻尾，發音位置與注音的「ㄗ」相同。	chị（姐姐）cách（方法）
4	D d	[ʝ]	只能用於子音聲母，發音位置與英語的「z」相同。	da（皮膚）
5	Đ đ	[d]	只能用於子音聲母，是個濁音，發音位置與注音「ㄉ」相同，但是發音的時候，要出力使聲帶有明顯的震動，並將舌頭頂住上齒背再收回。	đi（去）
6	G g	[ɣ]	「g」只能用於子音聲母，是個濁音，發音位置與注音「ㄍ」相同，但是發音的時候，要出力使聲帶有明顯的震動。	gà（雞）
	Gh gh		「gh」是當g與前母音「i」、「ê」、「e」結合時，寫法要從「g」改變為「gh」，但發音不變。	ghi（記）

序	子音書寫	國際音標	適用位置與發音重點	例
7	Gi gi	[z]	只能用於子音聲母，發音位置與英語「j」相同。如果後面是母音「i」就只寫「g」。	già（老） gì（什麼）
8	H h	[h]	只能用於子音聲母，發音位置與注音「ㄏ」相同。	hư（不乖）
9	Kh kh	[x]	只能用於子音聲母，發音位置與注音「ㄎ」相同。	khó（難）
10	L l	[l]	只能用於子音聲母，發音位置與注音「ㄌ」相同。	lê（梨）
11	M m	[m]	可用於子音聲母及子音韻尾，發音位置與注音「ㄇ」相同。	mơ（夢） cơm（飯）
12	N n	[n]	可用於子音聲母及子音韻尾，發音位置與注音「ㄋ」相同。	no（飽） con（孩子）
13	Ng ng	[ŋ]	「ng」可用於子音聲母及子音韻尾，發音時，舌頭與上顎後方碰觸，因此舌頭與嘴巴前區並無碰觸。	ngô（玉米） ông（爺爺）
	Ngh ngh		「ngh」是當子音聲母「ng」與前母音「i」、「ê」、「e」結合時，寫法要從「ng」改變為「ngh」，但發音不變。	nghe（聽）
14	Nh nh	[ɲ]	可用於子音聲母及子音韻尾，發音時，舌頭要與上顎前方碰觸，舌頭與嘴巴前區並無碰觸，感覺上是舌邊與臼齒有碰觸。	nhà（家） anh（哥哥）
15	P p	[p]	可用於子音聲母及子音韻尾，但子音聲母主要用於外來語的詞語。發音位置與注音「ㄅ」相同。	pin（電池） kịp（來得及）

序	子音書寫	國際音標	適用位置與發音重點	例
16	Ph ph	[f]	只能用於子音聲母，發音位置與注音「ㄈ」相同。	phí（費）
17	R r	[z]	只能用於子音聲母，發音位置與注音「ㄖ」相同。	rẻ（便宜）
18	S s	[ʂ]	只能用於子音聲母，發音位置與注音「ㄕ」相同。	sẽ（將會）
19	T t	[t]	可用於子音聲母及子音韻尾，發音位置與注音「ㄅ」相同。	từ（從） mứt（蜜餞）
20	Th th	[tʰ]	只能用於子音聲母，發音位置與注音「ㄊ」相同。	thở（呼吸）
21	Tr tr	[t]	只能用於子音聲母，發音位置與注音「ㄓ」相同。	tra（查）
22	V v	[v]	只能用於子音聲母，發音位置與英語「v」相同。	vẽ（畫）
23	X x	[s]	只能用於子音聲母，發音位置與注音「ㄙ」相同。	xa（遠）

（四）容易混淆的子音聲母

1.「有聲子音」及「無聲子音」容易混淆

　　由於在華語的注音裡面沒有「濁音聲母」（有聲子音），只有「清音聲母」（無聲子音），因此學習越語發音時，大多數的同學很難分辨「有聲子音」及「無聲子音」之差異，其中最容易搞混的，就是同一個發音位置、但卻是不同發音方式的子音，說明如下：

發音容易混淆的子音聲母及解決方法

濁音 （有聲子音）	清音 （無聲子音）	容易混淆的地方 及解決方法	例
b[ɓ]	p[p]	同一個發音位置，但發濁音b[ɓ]的時候，要出力使聲帶有明顯的震動。	bố（爸爸）
đ[ɗ]	t[t]	同一個發音位置，但發濁音đ[ɗ]的時候，要出力使聲帶有明顯的震動。此外，這個濁音有些人會發成l[l]。	đá（石頭） tá（一打） lá（葉子）
d[ʝ]	ch[c]	同一個發音位置，但發濁音d[ʝ]的時候，要出力使聲帶有明顯的震動。	dì（阿姨） chị（姐姐）
v[v]	ph[f]	同一個發音位置，但發濁音v[v]的時候，要出力使聲帶有明顯的震動。除此之外，ph[f]是一個送氣的音。	vở（筆記本） phở（河粉）
g(gh)[ɣ]	c; k[k]	同一個發音位置，但發濁音g(gh)[ɣ]的時候，要出力使聲帶有明顯的震動。	gà（雞） cà（茄子）

2. 「捲舌音」和「不捲舌音」容易混淆

另外，由於越語文字以河內音作為標準書寫，但是「河內」或越南「北部」的人在發音時比較不會捲舌，因此外國人學習越語時，「捲舌音」跟「不捲舌音」也容易混淆。

「捲舌音」和「不捲舌音」

捲舌音	不捲舌音	越南「北部人」發音趨向	例
r[ʐ]; gi[z]	d[ɟ]	越南北部人發音趨向不捲舌音，因此在日常生活中比較難分辨，初學者在背單字時，請切記其書寫用字。	ra（出） gia công（加工） da（皮）
s[ʂ]	x[s]	越南北部人發音趨向不捲舌音，因此在日常生活中比較難分辨，初學者在背單字時，請切記其書寫用字。	sa mạc（沙漠） xa（遠）
tr[ʈ]	ch[c]	越南北部人發音趨向不捲舌音，因此在日常生活中比較難分辨，初學者在背單字時，請切記其書寫用字。	tre（竹子） che（遮蓋）

第一單元

二、聲調

（一）概論

　　越語與華語及台語一樣，都是多聲調的語言，每個音節有自己的聲調。在發音時，聲調代表每個音節的聲音高低。而在書寫方面，除了第一聲（平聲）外，每一個聲調都有自己的符號。聲調的符號，會放在該音節中的母音的上面或下面。如果一個音節裡面有很多母音，通常都會標在核心音，如果該音節有尾音，它就被標在尾音的前一個母音的上面或下面。每一個音節只有一個聲調，如果會有其他符號，請別以為那是聲調的符號，它可能只是母音的符號。

（二）越語與華語「聲調調值」之比較

越語與華語「聲調調值」之比較

越語聲調名稱	thanh ngang 平聲(1)	thanh sắc 銳聲(2)		thanh hỏi 問聲(3)	thanh huyền 玄聲(4)	thanh nặng 重聲(5)		thanh ngã 跌聲(6)
		其他韻母	p/t/c/ch結尾			其他韻母	p/t/c/ch結尾	
越語調值	33 ┤	35 ╱	5 ˙│	313 ╲│	21 ╲	1 │˙	1 │˙	435 ╲│
符號	無	╱	╱	ʔ	╲	.	.	～
越語範例	a	á	áp	ả	à	ạ	ạp	ã
華語聲調	1	2		3	4	5		
北京華語調值	55	35		214	51			
台灣華語調值	44	212		31	53			
注音符號	無	́		̌	̀	˙		
漢字範例	媽	麻		馬	罵	嗎		

三、韻母

- 越語的「韻母」可以是一個單獨的母音，也可以由「介音」、「母音」（核心音）與「尾音」（子音或母音）組合而成。

- 「韻母」是音節最重要的部分，「韻母」會決定該音節在發音時的嘴型。

- 「尾音」就是放在該字最後面的字母（母音或子音），所有的母音都可以與尾音結合，音節的尾音是子音時，該子音皆不發音，只需把聲音停在該子音的發音位置。

（一）什麼是母音？

　　所謂的母音，就是當聲音發出時，氣流直接從喉嚨送出，沒有碰到任何部位的阻礙，只有嘴形有變動的聲音。每一個變動代表一個不同的母音，越語裡面有12個「單母音」與3組「雙母音」。母音是越語最重要的要素，一個字可以沒有子音，但是不能沒有母音。

　　在這些單母音當中，有的可以直接當作「韻母」，有的則需要帶著韻尾才可以當成韻母，那就是「短母音」。越語有2個短母音，分別是「Ă ă」和「 â」。另外還有2個寫法不同、但是發音完全相同的字母，就是「I i」和「Y y」，但它們在書寫的時候會有不同的規則，請見後面解釋規則。所以越語的單母音有12個字但只有11個音，其中只有10個字9個音可以直接當韻母。整理如下：

- 越語的12個單母音：A / a、Ă / ă、Â / â、E / e、Ê / ê、I / i、O / o、Ô / ô、Ơ / ơ、U / u、Ư / ư、Y / y

- 越語的3組雙母音：iê / ia、uô / ua、ươ / ưa

- 越語單母音中，可以直接當韻母的10個單母音（9個音）：A / a、E / e、Ê / ê、I / i、Y / y、O / o、Ô / ô、Ơ / ơ、U / u、Ư / ư

1. 單母音發音位置圖表

單母音發音位置圖表

嘴形＼舌位	前	中	後
高	i / y[i]	ư[ɯ]	u[u]
中	ê[e]	â[ə] ơ[ə:]	ô[o]
低	e[ɛ]	ă[ɑ] a[ɑ:]	o[ɔ]

按上面表格，我們可以將母音分成三組嘴型或三組舌位。高、中、低的嘴型代表下巴的位置高低不同，而前、中、後的舌位代表舌頭的位置不同。依舌位分別來說，前母音「i」、「ê」、「e」的嘴型是嘴角往後，中母音「ư」、「â」、「ơ」、「ă」、「a」的嘴型是嘴角平放，而後母音「u」、「ô」、「o」的嘴型是嘴唇往前嘟形成圓嘴的形狀。因為母音的位置會影響到它所結合的韻尾，因此本書內會直接使用前、中、後母音的說法。

2. 12個單母音字母

12個單母音字母

序	母音IPA	發音重點	例
1	A a [ɑ:]	母音，可以單獨作為一個韻母，或與其他尾音結合為韻母。發音時下巴拉到最下面，嘴巴張開到最大，發出類似注音「ㄚ」的音。	ba（三）
2	Ă ă [ɑ]	短母音，不會單獨存在為韻母，一定要與尾音結合才能成為韻母，但是要單獨發音時，可以發出類似注音「ㄚˊ」的音。	năm（年、五）
3	Â â [ə]	短母音，不會單獨存在為韻母，一定要與尾音結合才能成為韻母，但是要單獨發音時，可以發出類似注音的「ㄜˊ」的音。	sâm（人參）
4	E e [ɛ]	母音，可以單獨作為一個韻母，或與其他尾音結合為韻母。發音時下巴拉到最下面，嘴角往後，沒有類似的注音。	nghe（聽）
5	Ê ê [e]	母音，可以單獨作為一個韻母，或與其他尾音結合為韻母。發音時下巴拉到中間位置，嘴角往後，發出類似注音「ㄝ」的音。	lê（梨）
6	I i / Y y [i]	母音，可以單獨作為一個韻母，或與其他尾音結合為韻母。發音時下巴位置不動，嘴角往後，發出類似注音「一」的音。	kí（簽）
7	O o [ɔ]	母音，可以單獨作為一個韻母，或與其他尾音結合為韻母。發音時下巴拉到最下面，嘴巴往前嘟出成圓形，沒有類似的注音。	khó（難）

序	母音IPA	發音重點	例
8	Ô ô [o]	母音，可以單獨作為一個韻母，或與其他尾音結合為韻母。發音時下巴拉到中間位置，嘴巴往前嘟出，發出類似注音「ㄛ」的音。	ngô（玉米）
9	Ơ ơ [ə:]	母音，可以單獨作為一個韻母，或與其他尾音結合為韻母。發音時下巴拉到中間位置，嘴巴放平，發出類似注音「ㄜ」的音。	mơ（夢）
10	U u [u]	母音，可以單獨作為一個韻母，或與其他尾音結合為韻母。發音時下巴位置不動，嘴巴往前嘟出，發出類似注音「ㄨ」的音。	ngu（笨）
11	Ư ư [ɯ]	母音，可以單獨作為一個韻母，或與其他尾音結合為韻母。發音時下巴位置不動，嘴巴放平直接發出聲音，沒有類似的注音。	hư（不乖）

（二）母音與韻尾（尾音）構成的韻母

　　越語的音節由「聲母」、「韻母」、「聲調」三個音素組合而成。韻母可以是一個單獨的母音，也可以由介音、母音（核心音）與韻尾（尾音）組合而成。韻母是音節最重要的部分，會決定發音的嘴型。所有的母音都可以與韻尾（尾音）結合，越語的子音韻尾（尾音）不發音，只需把聲音停在該字母的發音位置。

　　因為m[m]、n[n]、ng[ŋ]、nh[ɲ]都屬於鼻音的子音，而p[p]、t[t]、c[k]、ch[ʨ]是它們同位置的塞音，所以雖然有8個「子音韻尾（尾音）」，但是嘴巴只停在4個位置，造成4組嘴型，而每一組又分為「一般音」及「短促

音」。其中「一般音」由母音與鼻音子音組成，「促音」由母音及塞音子音組成。

　　韻母的拼音結構由「母音」（核心音）開始，結束在「韻尾（尾音）」的位置。例如「am」的韻母的發音方式是由母音「a」的嘴型開始，然後結束在「m」的位置，也就是雙脣合在一起的位置。至於「ap」的韻母，也結束在同樣的位置，但是因為「p」是「塞音子音」，因此發音會很快結束且力道比較大，所以此類別的韻母叫做「短促音」。

　　韻母的位置，有以下幾種情況：

- m[m]、p[p]：嘴型由母音決定，發音結束時，雙嘴脣是合在一起的。

- n[n]、t[t]：嘴型由母音決定，發音結束時，舌尖是彈到上牙齒的。

- ng[ŋ]、c[k]：嘴型由母音決定，發音結束時，舌頭是往後，且嘴巴是張開的（後母音例外）。後母音與[ŋ]、[k]結合時，會有「嘴脣化」的現象，因此在發音的嘴型是合嘴、含氣。後母音的發音位置可參考「單母音發音位置圖表」，它發音時舌頭是往後的。

- nh[ɲ]、ch[tɕ]：嘴型由母音決定，只跟前、偏高母音[ɑ]、[e]、[i]結合，發音結束時，舌邊會碰到上臼齒，且嘴脣不碰在一起，嘴角往後拉。

　　「半母音韻尾」[j]和[w]會因為母音的下巴位置高低或長音與短音的不同，而用不同的字母來表示，如果[j]是韻尾（尾音），跟一般母音結合會寫成「i」，例如：「ơi」；而跟短母音結合則會寫「y」，例如：「ây」。

　　另外，[w]韻尾跟一般或低母音結合會寫「o」，例如：「ao」；而跟短母音或高母音結合會寫「u」，例如：「êu」。嘴型也會隨著不同的字母而有所改變。

1. 前母音與韻尾（尾音）

前母音與韻尾（尾音）表

韻尾 母音	m [m]	p [p]	n [n]	t [t]	ng [ŋ]	c [k]	nh [ɲ]	ch [tɕ]	i (y) [j]	o (u) [w]
e	em	ep	en	et	eng	ec	-	-	-	eo
ê	êm	êp	ên	êt	-	-	ênh	êch	-	êu
i	im	ip	in	it	-	-	inh	ich	-	iu

2. 中母音與韻尾（尾音）

中母音與韻尾（尾音）表

韻尾（尾音） 母音	m [m]	p [p]	n [n]	t [t]	ng [ŋ]	c [k]	nh [ɲ]	ch [tɕ]	i (y) [j]	o (u) [w]
a	am	ap	an	at	ang	ac	anh	ach	ai	ao
ă	ăm	ăp	ăn	ăt	ăng	ăc	-	-	ay[1]	au[2]
ơ	ơm	ơp	ơn	ơt	-	-	-	-	ơi	-
â	âm	âp	ân	ât	âng	âc	-	-	ây	âu
ư	-	-	-	ưt	ưng	ưc	-	-	ưi	ưu

1　此短音上的符號不見了，所以有些作者會將他們列在「a」的母音。但是
　他們的發音方式為短音「ă」，因此在此仍列在「ă」的位置。

2　同上解釋。

3. 後母音與韻尾（尾音）

後母音與韻尾（尾音）表

母音 ＼ 韻尾（尾音）	m [m]	p [p]	n [n]	t [t]	ng [ŋ]	c [k]	nh [ɲ]	ch [tɕ]	i (y) [j]	o (u) [w]
o	om	op	on	ot	ong	oc	-	-	oi	-
ô	ôm	ôp	ôn	ôt	ông	ôc	-	-	ôi	-
u	um	up	un	ut	ung	uc	-	-	ui	-

　　後母音「o」、「ô」、「u」遇到韻尾ng[ŋ]和c[k]時，會有「嘴唇化」的現象。也就是説，本來這ng[ŋ]和c[k]兩個韻尾的嘴唇位置會分開，但是遇到後母音時嘴唇就會合在一起，但又因為氣流還沒有送出來，因此還會含在嘴巴裡。所以它的發音方式是合嘴，含氣。

（三）雙母音的結構及其與韻尾（尾音）構成的韻母

　　越語裡面有3個雙母音的組合，其形成模式，是每一組嘴型，分別從同一個舌頭位置（不同的下巴高度）由上往下拉。雖然每一個組合是同一個唸法，但是分成兩種不同的寫法，依舌位分類如下：

雙母音的結構及其與韻尾（尾音）構成的韻母

嘴型 ＼ 舌位	前	中	後
高	i[i]	ư[ɯ]	u[u]
中	ê[e]	ơ[ə:]	ô[o]
低	e[ɛ]	a[ɑ:]	o[ɔ]

1. 前雙母音「iê」

前雙母音「iê」，國際音標為[ie]，有「ia」和「iê」兩種寫法。其中「ia」後面不加任何韻尾（尾音），而「iê」後面一定要加韻尾（尾音）（母音或子音）。

「iê」[ie] ──── 「ia」（後面無韻尾（尾音），寫法改變，唸法不變）

「iê」＋韻尾（尾音）（唸法隨著韻尾（尾音）改變）

2. 中雙母音「ươ」

中雙母音「ươ」，國際音標[ɯɤ]，寫法分別為「ưa」和「ươ」，規則同上。

「ươ」[ɯɤ] ──── 「ưa」（後面無韻尾（尾音），寫法改變，唸法不變）

「ươ」＋韻尾（尾音）（唸法隨著韻尾（尾音）改變）

3. 後雙母音「uô」

後雙母音「uô」，國際音標[uo]，寫法分成「ua」和「uô」，規則同上。

「uô」[uo] ──── 「ua」（後面無韻尾（尾音），寫法改變，唸法不變）

「uô」＋韻尾（尾音）（唸法隨著韻尾（尾音）改變）

4. 雙母音的韻母結合

雙母音的韻母結合表

母音＼韻尾（尾音）	無韻尾	m [m]	p [p]	n [n]	t [t]	ng [ŋ]	c [k]	i (y) [j]	o (u) [w]
iê	ia	iêm	iêp	iên	iêt	iêng	iêc	-	iêu
ươ	ưa	ươm	ươp	ươn	ươt	ương	ươc	ươi	ươu
uô	ua	uôm	uôp	uôn	uôt	uông	uôc	uôi	-

（四）介音與韻母的結合與字母寫法

　　介音亦稱為「韻頭」、「韻首」，是介於「聲母」與「主要母音」之間、帶有「子音」傾向的「高母音」、「圓嘴音」，國際音標為[w]。在越語文字會書寫成「o」或「u」，書寫成不同的字時，發音也會跟著不同，但發音時都會使嘴型從「圓嘴」開始。

　　介音[w]會與韻母結合成比較複雜的韻母。當介音寫成字母「o」時，與它結合的母音都是低母音，如「a」、「ă」、「e」。當介音寫成字母「u」時，與它結合的母音都是高母音，如「i」、「ê」、「â」、「iê」，其他母音如「ư」、「ơ」和後母音「o」、「ô」、「u」皆不會跟介音結合。「oong」及「ooc」是外來語除外。

$$[w] \nearrow \text{「o」＋「a」、「ă」、「e」＋韻尾（尾音）}$$
$$\searrow \text{「u」＋「i」、「ê」、「â」、「iê」＋韻尾（尾音）}$$

　　但是當介音[w]與子音聲母[k]結合時，字母書寫一律要寫「u」，[k]要寫「q」，例如[kwa]的音要寫「qua」。而介音[w]與其他子音聲母結合時，還是一樣寫成「o」或「u」。

介音與韻母的結合表

介音	母音	無韻尾	m [m]	p [p]	n [n]	t [t]	ng [ŋ]	c [k]	nh [ɲ]	ch [tɕ]	i (y) [j]	o (u) [w]
o	a	oa	oam	oap	oan	oat	oang	oac	oanh	oach	oai	oao
o	ă	-	oăm	oăp	oăn	oăt	oăng	oăc	-	-	oay	-
o	e	oe	-	-	oen	oet	-	-	-	-	-	oeo
o	o	o	-	-	-	-	oong	ooc	-	-	-	-
u	ê	uê	-	-	uên	uêt	-	-	uênh	uêch	-	-
u	â	-	-	-	uân	uât	uâng	-	-	-	uây	-
u	i	uy	-	uyp	uyn	uyt	-	-	uynh	uych	-	uyu
u	iê	uya	-	-	uyên	uyêt	-	-	-	-	-	-

四、文字與發音之例外規則

（一）「g」和「ng」→「gh」和「ngh」

當「g」和「ng」遇到後面接上三個前母音「i」、「ê」、「e」時，「g」和「ng」要加上「h」，變成「gh」和「ngh」，但發音完全不變。例如：

▶ ghế gỗ　木椅

▶ ghê gớm　兇悍

▶ ghi chép　紀錄

▶ nghĩ ngợi　考慮

▶ ngành nghề　職業

▶ nghe ngóng　打聽

（二）子音「c」、「k」、「q」發音相同，但寫法有別

子音「c」、「k」、「q」發音相同，但是寫法有別。三個子音「c」、「k」、「q」都發[k]。但是書寫方面，[k]與不同的字結合，就會有不同的字母寫法。像是「k」的後面，只能跟前母音「i」、「ê」、「e」結合。而「q」的後面，一定要跟介音「u」在一起成為複子音「qu」。前母音之外的其他母音，都可以與「c」結合。例如：

▶ cá quả　雷魚

▶ quê cô　老師的故鄉

▶ kem ký　冰淇淋

（三）「i」和「y」的書寫規則

　　母音「i」和「y」的發音完全一樣，但是若是該字有「聲母」在前面，後面通常都要寫「i」。而當一個字裡面沒有「子音聲母」、後面也沒有「子音韻尾」時，「i」要寫成「y」，雙母音「iê」也要寫成「yê」。雖然「i」和「y」與子音聲母的結合，沒有很嚴謹規定，但通常有聲的子音聲母及複子音聲母不會與「y」結合。另外，當「i」前面有介音「u」時，也要寫成「y」，唸法不變。例如：

- ▶ ghi nhớ　記住
- ▶ đi đâu　去哪
- ▶ im lặng　安靜
- ▶ trạng nguyên　狀元
- ▶ y tá　護士
- ▶ yêu nhau　相愛

五、越語音素一覽表

1. 聲母

方式 \ 位置		嘴唇	上齒齦	上齒背	舌面	舌根	喉
塞音	清音	p[p]	t[t]	tr[ʈ]	ch[c]	c; k; q[k]	
	送氣音		th[tʰ]				
	濁音	b[ɓ]	đ[d]		d[ʝ]		
擦音	清音	ph[f]	x[s]	s[ʂ]		kh[x]	h[h]
	濁音	v[v]	gi[z]	r[ʐ]		g(gh)[ɣ]	
鼻音		m[m]	n[n]		nh[ɲ]	ng(ngh)[ŋ]	
邊音			l[l]				

2. 聲調

越語 聲調 \ 名稱	thanh ngang	thanh sắc	thanh hỏi	thanh huyền	thanh nặng	thanh ngã
	平聲 (1)	銳聲 (2)	問聲 (3)	玄聲 (4)	重聲 (5)	跌聲 (6)
符號	無	╱	ʔ	╲	.	～
越語 範例	a	á	ả	à	ạ	ã

3. 韻母

介音	母音	無韻尾	m [m]	p [p]	n [n]	t [t]	ng [ŋ]	c [k]	nh [ɲ]	ch [tɕ]	i (y) [j]	o (u) [w]
	e	e	em	ep	en	et	eng	ec	-	-	-	eo
	ê	ê	êm	êp	ên	êt	-	-	ênh	êch	-	êu
	i	i	im	ip	in	it	-	-	inh	ich	-	iu
	a	a	am	ap	an	at	ang	ac	anh	ach	ai	ao
	ă	-	ăm	ăp	ăn	ăt	ăng	ăc	-	-	ay	au
	ơ	ơ	ơm	ơp	ơn	ơt	-	-	-	-	ơi	-
	â	-	âm	âp	ân	ât	âng	âc	-	-	ây	âu
	ư	ư	-	-	-	ưt	ưng	ưc	-	-	ưi	ưu
	o	o	om	op	on	ot	ong	oc	-	-	oi	-
	ô	ô	ôm	ôp	ôn	ôt	ông	ôc	-	-	ôi	-
	u	u	um	up	un	ut	ung	uc	-	-	ui	-
	iê	ia	iêm	iêp	iên	iêt	iêng	iêc	-	-	-	iêu
	ươ	ưa	ươm	ươp	ươn	ươt	ương	ươc	-	-	ươi	ươu
	uô	ua	uôm	uôp	uôn	uôt	uông	uôc	-	-	uôi	-
o	a	oa	oam	oap	oan	oat	oang	oac	oanh	oach	oai	oao
o	ă	-	oăm	oăp	oăn	oăt	oăng	oăc	-	-	oay	-
o	e	oe	-	-	oen	oet	-	-	-	-	-	oeo
o	o	o	-	-	-	-	oong	ooc	-	-	-	-
u	ê	uê	-	-	uên	uêt	-	-	uênh	uêch	-	-
u	â	-	-	-	uân	uât	uâng	-	-	-	uây	-
u	i	uy	-	uyp	uyn	uyt	-	-	uynh	uych	-	uyu
u	iê	uya	-	-	uyên	uyêt	-	-	-	-	-	-

筆 記 欄

第二單元
什麼是語法？

Ngữ pháp tiếng Việt là gì?
越語語法是什麼？

一、語法

（一）什麼是語法？

語法是語言學裡面的一個部分，指的是語言的詞語組合、造句之結構與規律。每一個語言都有自己的語法規律，但是所有的語言也都有一些共同的特點。語法包括「詞法」和「句法」兩個部分。詞法包括詞的構造、詞的變化以及詞的分類等內容；句法包括詞組的構成、句子的構成、句子的成分和句子的類型等內容。越語屬於孤立、字型不變的語言，因此在詞法的部分極少變化，但是越語又屬於單音節的語言，所以它的造詞及分類，又不像印歐語系的語言可以從字首或字尾的變化來猜測其詞性。

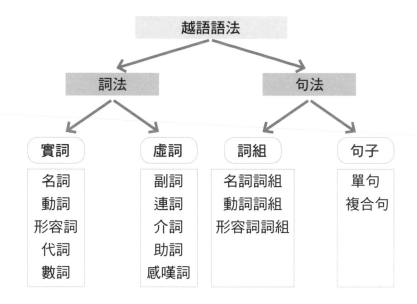

（二）語法的特點

　　語法最突出的特點是「抽象性」和「概括性」。具體的詞語或句子之間聯繫的數目是無限的，從中抽象概括出來的聯繫方式卻是有限的。例如，用「主語－謂語」的格式可以概括所有具體的「主語謂語式的合成詞」、「主語謂語詞組」和「主語謂語句的結構方式」，具有以簡馭繁的效果。此外，人們可以根據有限的語法規則造出無數的語句來，並綜合運用這些規則使語句結構複雜化。語法是一個組織嚴密的複雜系統，具有系統性的規律。不同語系語言的語法有不同的特點，因此語法具有民族性。例如：

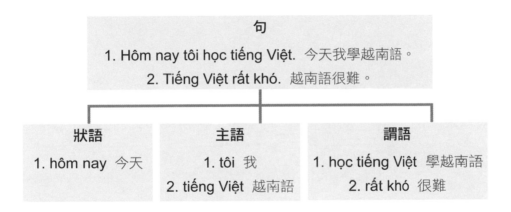

句
1. Hôm nay tôi học tiếng Việt. 今天我學越南語。
2. Tiếng Việt rất khó. 越南語很難。

狀語	主語	謂語
1. hôm nay 今天	1. tôi 我	1. học tiếng Việt 學越南語
	2. tiếng Việt 越南語	2. rất khó 很難

　　越語屬南亞語系，但是在詞彙方面借用大量的漢字詞語，文字書寫上又使用西方的拉丁字母，因此越語的語法可說是一個綜合體，與每一種語言都有一些共通點，但還保有自己的獨特性。

二、詞法

（一）什麼是「詞」？

　　「詞」是最小的造句單位，能獨立運用並具有一定的「語音」、「語義」和「語法」功能。「詞類」是詞的語法分類，由於越語是不變型的字，因此無法在字面上看出詞的分類，只能依靠其意思與語法功能，也就是詞在句中所扮演的角色及位置順序來判斷其詞類。詞的語法功能，指的是詞與詞的組合能力，以及詞在句子中的地位和作用。

（二）實詞與虛詞

　　越語中的詞，根據詞能否單獨充當句子的成分，可以將詞分為「實詞」和「虛詞」兩大類。「實詞」是能夠單獨作為句子成分的詞，表示實在的意義，屬於開放的類別，包括名詞、動詞、形容詞、數詞、量詞和代詞等，其中代詞的意義不如其他實詞的意義那樣實在。

　　至於「虛詞」則是不能單獨作為句子的成分，但它是與句子語法結構密切相關的詞。「虛詞」不表示實在的意義，而是語法的意義，屬於可列舉即封閉（可分類在不同詞性，但不可做為核心詞語，並與其他詞結合成詞組）的類別，其語法作用為附著或連接。「虛詞」包括副詞、介詞、連詞、助詞、感嘆詞等。

（三）詞法分析

　　由於越語的詞彙大量借用外來的語言，因此在分析越語的詞法時，也需要注意它的來源究竟是屬於「純越語」還是「外來語」。另外，由於越語

是單音節的語言，所以很難去辨識一個詞有幾個音節，是屬於單音節的詞還是多音節的詞，以及是多音節的詞（simple word）還是複合詞（compound word），尤其有同音異義的詞語同時出現在一個句子裡面時，更容易讓人混淆。例如：

▶ Học sinh học sinh học.　學生學生物學。

詞法分析：

- học sinh（多音節名詞）：學生

- học（單音節動詞）：學

- sinh học（複合名詞）：生物學

▶ Con ngựa đá con ngựa đá.　馬踢石馬。

詞法分析：

- con ngựa（複合名詞）：馬

- đá（單音節動詞）：踢

- con ngựa đá（複合名詞）：石馬

▶ Ngày mai, Mai đi ngắm hoa mai hai ngày. 明天梅去觀賞梅花兩天。

詞法分析：

- ngày mai（多音節名詞）：明天

- Mai（單音節專有名詞）：梅（人名）

- đi（單音節動詞）：去

- ngắm（單音節動詞）：觀賞

- hoa mai（複合名詞）：梅花

- hai（數詞）：二、兩

- ngày（單音節名詞）：天、日

三、詞組

（一）什麼是詞組？

「詞組」由兩個詞以上組合而成，詞與詞之間的關係可以是「語法關係」或「語義關係」並作為一個語法的單元。詞組可以是詞的角色或子句的角色。詞組可以分為「聯合詞組」或「從屬詞組」，如果詞組有主謂關係就可以被視為是子句。例如：

▶ Phở ngon. 河粉好吃。（句）
▶ **Tôi thích ăn** phở ngon. 我喜歡吃好吃的河粉。（複合詞詞組）

（二）詞組的結構

詞組主要由「核心詞」、「前端」、「後端」所構成，詞組的成分之間有不同的關係，如聯合、從屬等，但是都是為了修飾、補充核心詞的意思而存在。

1. 聯合詞組

聯合詞組是兩個或兩個以上的單位並列在一起，是地位平等，不分偏正、主次的詞組。兩個詞之間可以用逗號或對等的連接詞連接在一起。聯合詞組通常由兩個相同詞類連結在一起。例如：

▶ Sách báo **là món ăn tinh thần không thể thiếu của mọi người.**
書籍報紙是大家不可缺少的精神食糧。
▶ **Nó là một học sinh** thông minh, lanh lợi. 她是一個聰明伶俐的學生。

2. 從屬詞組

　　從屬詞組與聯合詞組的差別在於其結構。從屬詞組通常有一個核心的詞，其他的詞語是用來修飾、補充核心詞的意思。從屬詞組可以分「動詞詞組」、「名詞詞組」及「形容詞詞組」。例如：

▶ **Sách báo là** món ăn tinh thần không thể thiếu của mọi người.
　書籍報紙是大家不可缺少的精神食糧。

▶ **Học sinh** đang chăm chú học bài. 學生在認真地上課。

　　從屬詞組的附屬部分，可以放置在該詞組的核心詞的前面或後面，有時候需要連詞（或介詞）有時則不用。附屬詞語可以是名詞、動詞、形容詞、數詞或副詞等詞語。詞組的順序有些是固定的，如果順序改變，意思也會改變，但有些則不會。詞組之間的連詞改變，詞組的意思也會改變。因此在造詞組時，需要瞭解其順序及每一個詞語的意思。例如：

▶ **Tất cả các học sinh của trường đều đã làm xong bài thi một cách rất xuất sắc như mong đợi.**
　學校的所有學生都如預期地以非常出色的方式做完試卷。

詞組分析：

● Tất cả các học sinh của trường（名詞詞組）：學校的所有學生

● đều đã làm xong bài thi（動詞詞組）：都已經做完試卷

● một cách rất xuất sắc như mong đợi（形容詞詞組）：如預期地以非常出色的方式

3. 疊詞

　　「疊詞」是一種特別的造詞模式，其模式是將原本的詞的「一部分」或

「全部」重疊而成。疊詞與原本的詞有相同的語法角色，但是會有不同的語意與用途。它的語意可能被加強、減弱，或者用來強調事情的重複性。疊詞的模式可以把整個詞重疊，或把原本詞的一部分語音（聲母、韻母、聲調、音節）重疊後，使其意思變化。

（1）全部重疊：這種重疊法通常用於單音節的詞，目的用於加強名詞的數量、動作的重複或形容詞的性質。例如：

▷ Người người **học tiếng Việt,** nhà nhà **học tiếng Việt.**
人人學越南語，家家學越南語。

▷ **Thôi, anh đừng** đi đi lại lại **trước mặt tôi như vậy.**
夠了，別在我面前這樣走來走去。

▷ **Trời** xanh xanh, **đất** xanh xanh. 天藍藍、地綠綠。

（2）部分語音重疊：把原本詞的一部分語音（聲母、韻母、聲調）變化。通常用於單音節的詞。如果是多音節的詞，則保留一個原本型態的音節，另外一個音節才加以變化。此種疊詞常用於減弱原本的詞的意思。例如：

▷ trắng（白）　　　→　　trăng trắng（白白的）

▷ nhỏ（小）　　　　→　　nhỏ nhắn（小小的）

▷ lạnh（冷）　　　　→　　lành lạnh（冷冷的）

▷ sạch（乾淨）　　　→　　sạch sẽ（乾乾淨淨的）

▷ ồn（吵）　　　　　→　　ồn ào（吵吵鬧鬧的）

▷ lung tung（亂）　　→　　lung ta lung tung（亂七八糟）

四、漢越詞

　　越語有許多來自漢字的詞彙，但是同樣一個漢字，除了越語及華語的發音不相同外，還使用不同的系統來標記該音的發音。這種由漢字來的詞語稱為「漢越詞」。

　　漢越詞的發音與華語或台語雷同，但因為使用不同的標記系統來記音，所以造成不同的寫法。越語使用「羅馬字」來標記發音，由於發音亦是文字，因此文字與發音會吻合。每一個由若干字母所組合起來的音節，都有不同的發音及寫法。

　　接下來，一起來看看同一個漢字，在越語及華語中發音的差異，例如「伴」：

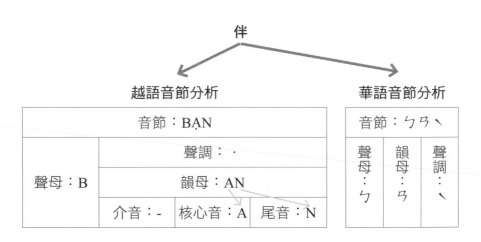

　　「BẠN」這個詞是單音節，其中「B」是聲母，放在母音的前面，也是該音節發音的開始。「AN」則是韻母，由母音「A」與子音韻尾「N」結合起來，也是這個字的發音重點。此韻母沒有介音。至於「．」則是聲調。

　　接著，聲母改變，唸法、寫法及中文意思也跟著改變，例如「難」：

難

越語音節分析

音節：NẠN		
聲母：N	聲調：．	
	韻母：AN	
	介音：-	核心音：A	尾音：N

華語音節分析

音節：ㄋㄢˋ		
聲母：ㄋ	韻母：ㄢ	聲調：ˋ

如果韻母改變，唸法、寫法及中文意思也會改變，例如「敗」：

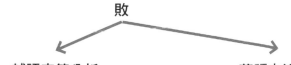

敗

越語音節分析

音節：BẠI		
聲母：B	聲調：．	
	韻母：AI	
	介音：-	核心音：A	尾音：I

華語音節分析

音節：ㄅㄞˋ		
聲母：ㄅ	韻母：ㄞ	聲調：ˋ

如果聲調改變，唸法、寫法及中文意思也跟著改變，例如「版」：

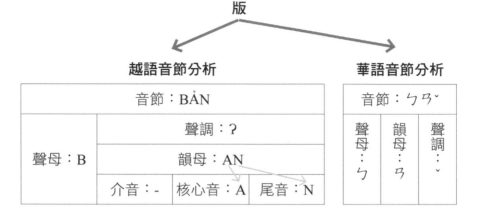

由此可見，越語的音素很重要，要學會越語不僅要懂字母，也要懂每個字母組合成的音素，也就是「聲母」、「韻母」與「聲調」。學習越語和學習英語的方法不同，學習越語時，要懂得如何從這些音素拼音成單字或詞彙，並非單純以英語字母來背誦，所以要掌握好聲母、韻母與聲調的各種音素，學習才能事半功倍。

五、句法

句子 ＝ 主語 ＋ 謂語

（一）什麼是句子？

句子是語言運用的基本單位，由詞、詞組或分句所構成。一個句子表示一個相對完整的意思，能夠完成一次簡單的溝通任務。每個句子都有一定的語氣、語調，在正常的連續話語中，句與句之間有較大的停頓。

在越語的書寫方面，句中的停頓點通常使用逗號（,）來分開詞與詞之間或兩個分句之間，而句尾的停頓和語調則使用句號（.）、問號（?）或驚嘆號（!）等句終點號來表示。

（二）越語句子的分類

句子跟詞或詞組的本質，其差別不在於長短，而在於句子是一個自由形式，是語言的動態單位和使用單位，而詞和詞組則是非自由形式，是語言的靜態單位和備用單位。

1. 按句子的結構來分類，越語可分成：

- 單句（simple sentence）
- 複合句（compound sentence）

2. 根據交際目的來分類，越語可分成：

- 敘述句（statements）
- 疑問句（interrogative sentences）
- 祈使句（demands and request sentences）
- 感嘆句（exclamatory sentences）

3. 範例：

▷ Hôm nay chúng tôi ăn một bát phở bò rất ngon.

今天我們吃一碗很好吃的牛肉河粉。

越語	華語意思	詞性	句的成分
Hôm nay	今天	名詞	狀語，表示時間
chúng tôi	我們	人稱代名詞	主語
ăn	吃	動詞	核心詞語（動詞詞組的主角）
ăn một bát phở bò rất ngon	吃一碗很好吃的牛肉河粉	動詞詞組	謂語
một bát phở bò rất ngon	一碗很好吃的牛肉河粉	名詞詞組	動詞的補語
một	一	數詞	名詞的定語
bát	碗	單位名詞	名詞的定語
phở	河粉	名詞	核心詞語（名詞詞組的主角）
bò	牛	名詞	名詞的定語
rất	很	副詞	形容詞的補語
ngon	好吃	形容詞	名詞的定語

六、練習

（一）請將下列越語翻譯成中文。

1. Sao không đi bảo họ?

   → 為什麼不去告訴他們？

2. Sao họ bảo không đi?

   → _____

3. Sao không bảo họ đi?

   → _____

4. Sao đi không bảo họ?

   → _____

5. Bảo họ đi, không sao.

   → _____

6. Bảo họ đi, sao không?

   → _____

7. Họ đi không bảo sao?

   → _____

8. Họ đi bảo không sao.

   → _____

9. Không bảo họ đi sao?

   → _____

10. Không bảo, sao họ đi?

    → _____

（二）請分析下列句子的語法成分。

1. Ở Việt Nam, người ta rất yêu thích môn bóng đá.

   →Ở Việt Nam：狀語（名詞詞組）

   người ta：主語（代名詞）

   rất yêu thích môn bóng đá：謂語（及物動詞與受詞）

   _____

2. Ngày mai, tôi sẽ về Việt Nam ăn Tết.

   →_____

3. Tiếng Việt rất khó.

   →_____

4. Cái khó của việc học tiếng Việt là phát âm.

   →_____

5. Tuy tiếng Việt khó nhưng rất thú vị.

   →_____

第三單元
名詞與名詞詞組

Đây là sách ngữ pháp
tiếng Việt.
這是越語語法書。

一、什麼是名詞？

名詞是指人、事、時、地、物、情感、概念等實體或抽象事物的詞彙。名詞可以是一個獨立的名詞，或是由多個名詞與形容詞結合而成的名詞組合詞。越語名詞組合詞的順序，通常跟中文順序顛倒。在句子中，名詞通常扮演主語、補語、定語的角色，名詞可以用代詞來替代。

二、名詞的分類

（一）以詞法來分類

從詞法來看，名詞可以是一個單音節的名詞，也可以是多音節的名詞（simple noun）、複合名詞（compound noun）、名詞組合詞（noun phrase）。例如：

- 單音節的名詞：「tiếng」（聲音）

- 多音節的名詞：「ngày mai」（明天）

- 複合名詞：「tiếng Việt」（越南語）

- 名詞組合詞：「một cô gái trẻ」（一位年輕的女孩）

（二）以意義來分類

從意義上來看，名詞主要有以下幾個種類：

1. 普通名詞

表示普通概念的名詞。這類名詞不僅在名詞中佔多數，而且在全部詞類中也佔多數。普通名詞可以分成具體名詞和抽象名詞。

具體名詞：「học sinh」（學生）、「thành phố」（城市）、「gỗ」（木頭）、người（人）、「mèo」（貓）、「trường」（學校）、「công ty」（公司）、「tiền」（錢）、「cơm」（飯）、「ngày」（日）……等。

抽象名詞：「mục đích」（目的）、「chiến thắng」（勝利）、「hạnh phúc」（幸福）、「tình cảm」（情感）……等。

2. 專有名詞

表達單獨概念的名詞，多用於人名、地名、國名。專有名詞一般不接受數量詞的修飾。在書寫方面，專有名詞的第一個字母要大寫。例如：「Hồ Chí Minh」（胡志明）、「Việt Nam」（越南）、「Vịnh Hạ Long」（下龍灣）、「Đài Loan」（台灣）、「Đài Nam」（台南）……等。

3. 集合名詞

表達集合概念的名詞。例如：「cây cối」（樹木）、「nhân dân」（人民）、「xe cộ」（車輛）……等。集合名詞都是多音節的詞，通常它不能受「準確數詞」的修飾，只能受「不準確數詞」的修飾，例如不能説「hai cây cối」（兩棵樹木），只能説「nhiều cây cối」（很多樹木）。但要表達集合概念的非集合名詞，則可以受「準確數詞」的修飾，例如：「hai cây」（兩棵樹）。

4. 物體名詞

表達物體概念的名詞，可分成屬於人、東西、動物。例如：

（1）指人的名詞：「người」（人）、「công nhân」（工人）、「học sinh」（學生）、「giáo viên」（教師）……等。

（2）指東西的名詞：「bàn」（桌子）、「ghế」（椅子）、「bút」（筆）、「xe đạp」（腳踏車）……等。

（3）指動物的名詞：「chó」（狗）、「gà」（雞）、「bò」（牛）、「giun」（蚯蚓）……等。

5. 時間（名）詞

　　表示時間的名詞，通常它不能受準確數詞的修飾，但是測量時間的名詞可以受準確數詞修飾。例如：「năm nay」（今年）、「ngày mai」（明天）、「trưa」（中午）、「sau này」（日後）、「ngày」（日）、「tháng」（月）、「năm」（年）……等。

6. 方位（名）詞

　　表示方位的名詞。方位詞可以放在其他名詞的前面組成方位詞組。例如：「bên cạnh」（旁邊）、「bên」（邊）、「trái」（左）、「phía」（面）、「sau」（後）……等。

7. 單位（名）詞

　　表示人或事物等單位的詞，包含專用單位詞和借用單位詞，將在另一個單元詳解。例如：「cái」（個）、「mét」（公尺）、「cân」（公斤）……等。

8. 可數與不可數名詞

　　可數名詞可以用數字來計算，不可數名詞無法用準確數詞來計算，但是可以結合其他單位名詞或不準確的數詞來計算。例如：「năm người」（五個人）、「hai ngày」（兩天）、「một quãng thời gian」（一段時間）、「nhiều thức ăn」（很多食物）……等。

三、名詞詞組

（一）什麼是名詞詞組？

　　「名詞詞組」或另一個説法為「名詞性短語」，是一個組合的詞組，以名詞作為核心。與動詞詞組相同，名詞詞組除了核心名詞之外，還有前端與後端詞語用來補充、修飾該核心詞語的意思，這些前端與後端的詞語又可叫做「定語」。

（二）名詞詞組的結構

　　越語名詞詞組中的核心名詞，通常都在最前面，只有少數的詞語可以放在核心名詞的前面作為前端，而名詞詞組的後端卻很豐富，可以是名詞、形容詞，甚至動詞等詞語。

1. 前端

　　可以放在核心名詞的前面、作為名詞詞組的前端的有「數詞」及「單位詞」。例如：

▶ một cái **xe máy**（一台摩托車）

▶ ba con **mèo**（三隻貓）

▶ năm người **công nhân**（五位工人）

▶ sáu cô **y tá**（六名護士）

（1）單位詞：可以用測量單位詞或其他單位詞。例如：

▶ cân cam này（這斤柳橙）

▶ vị giám đốc ấy（那位經理）

▶ cái áo của tôi（我的衣服）

（2）數詞：數詞通常會跟單位詞合在一起作為名詞詞組的前端，但是在一些特殊的狀況（指人、公共場所的名詞或指時間單位的名詞）則不需要單位詞。前端數詞包括準確的基數詞、大約數詞、疑問數詞。順序數詞不能放在前端，只能放在後端。例如：

▶ mỗi người một việc（每人一事）

▶ bốn ngày ba đêm（四天三夜）

▶ mấy đồng bạc lẻ（幾個零錢）

▶ những năm tháng ấy（那些日子）

2. 後端

名詞詞組的後端用來補充、修飾核心詞語的意思，可以是名詞、形容詞，甚至動詞等詞語。

（1）名詞：用來補充核心名詞的材料、程度。例如：

▶ nước xoài（芒果汁）

▶ phở bò（牛肉河粉）

▶ học sinh tiểu học（小學學生）

▶ váy lụa（絲裙）

（2）形容詞：用來補充核心名詞的性質、顏色、尺寸、樣式。例如：

▶ **quần** mới（新的褲子）

▶ **áo** xanh（青色的衣服）

▶ **thùng** rỗng（空的桶子）

▶ **eo** thon **mình** gầy（細腰瘦身）

（3）動詞：用來補充核心名詞的做法、性質。這時候動詞被視為形容詞。例如：

▶ rang **cơm**（炒飯）　　→　　**cơm** rang（炒的飯）

▶ thuê **nhà**（租房子）　　→　　**nhà** thuê（租的房子）

▶ máy **áo**（縫衣服）　　→　　**áo** máy（縫紉機縫的衣服）

▶ muối **cà**（醃茄子）　　→　　**cà** muối（醃漬的茄子）

（4）指定詞：「này」（這）、「kia」（那）、「đấy」（那）、「đó」（那）、「ấy」（那）、「nọ」（那）……等都是指定詞，可以用來指定名詞。例如：

▶ **người** này（這個人）

▶ **ngày** đó（那天）

▶ **nơi** ấy（那個地方）

（5）數詞：放在後端的數詞通常是序數及表示代碼的數字。例如：

▶ **ngày** thứ nhất（第一天）

▶ **bức thư tình** thứ hai（第二封情書）

▶ **phòng** 2345（2345號房）

（6）連詞：連詞位在兩個名詞之間，用來連接兩個名詞，以表示不同的關係。連詞有：「và」（與）、「với」（跟）、「của」（的）、「cùng」（和）、「bằng」（由……做的、等於）、「ở」（的、在）。用法請參閱連詞單元。

（三）名詞的疊詞

名詞疊詞的目的主要強調名詞的數量、時間的重複或貶抑等意思。名詞的疊詞方法可以是疊整個詞，或變化一個音節。

1. 疊整個詞

用疊詞表示數量多寡或時間的重複。例如：

▸ người（人）　　　　→　　người người（人人）
▸ ngày（日、天）　　→　　ngày ngày（天天）
▸ quần áo（衣褲）　　→　　quần quần áo áo（很多衣褲）

2. 變化一個音節

主要用於多音節的名詞，通常意思表示貶抑或輕視，前面音節保持原本詞的音節，後面音節則變成「oét」、「iếc」、「ang」等韻母。例如：

▸ hoa（花）　　　　　→　　hoa hoét（花）
▸ xe đạp（腳踏車）　　→　　xe đạp xe điếc（腳踏車）
▸ đàn ông（男人）　　→　　đàn ông đàn ang（男人）

四、練習

（一）請選出正確的答案。

1. Anh ấy là _____ trong lĩnh vực thương mại điện tử.

   (A) chuyên gia (B) chuyên môn

   (C) chuyên ngành (D) chuyên nghiệp

2. Vì sức khỏe nên cô ấy cần ăn nhiều _____.

   (A) rau luộc (B) rau xanh

   (C) rau ráu (D) rau dưa

3. Cây đa này là một trong ba _____ lâu năm nhất của trường chúng tôi.

   (A) cây xanh (B) cây cối

   (C) cây cổ thụ (D) cây lâu năm

4. _____ là con đường ngắn nhất đưa con người đến với tri thức.

   (A) giáo cụ (B) giáo dục

   (C) giáo án (D) giáo trình

5. _____ của anh ấy được đánh đổi bằng bao đêm thức trắng bên bàn thí nghiệm.

   (A) thành thử (B) thành đạt

   (C) thành công (D) thành thật

（二）請找出名詞詞組並且翻成中文。

1. Ngữ pháp tiếng Việt không khó lắm.

   → _____

2. Tôi rất thích ăn phở bò xào.

   → _____

3. Tôi muốn mua một cái quần bò màu xanh đen.

   → _____

4. Người Việt Nam rất hiếu khách.

   → _____

5. Trong từ vựng tiếng Việt có rất nhiều từ ngoại lai.

   → _____

第四單元
動詞與動詞詞組

Tôi muốn học tốt tiếng Việt.
我想要學好越語。

一、動詞是什麼？

　　動詞是用來說明或表示各類動作的詞彙。越語句子中，除了形容詞作為謂語的句子之外，基本上每個完整的句子都有一個動詞。以語法的作用，動詞可分為「一般動詞」和「特殊動詞」，而一般動詞又分為「及物動詞」與「不及物動詞」；「特殊動詞」則包括「趨向動詞」、「助動詞」、「連綴動詞」等。以意義區分的話，又可分為「活動動詞」、「存現動詞」、「情態動詞」、「使令動詞」、「趨向動詞」、「感官動詞」、「判斷動詞」等。

二、按語法結構分類動詞

（一）一般動詞

1. 及物動詞

　　指主語針對一個客體的動作，因此需要一個受詞。例如：「học」（學）、「ăn」（吃）、「đánh」（打）……等。

　　▶　Chúng tôi học tiếng Việt.　我們學越南語。

2. 不及物動詞

　　指主語的自我狀態或活動，因此不需要加受詞。例如：「đi」（走著）、「nằm」（躺著）、「tắm」（洗澡）……等。

　　▶　Em bé ngủ.　小朋友睡覺。

　　有一些人的活動、移動屬於不及物動詞（靜態），但也可以與趨向動詞結合來表示動作的方向（動態），例如：

靜態	動態
nằm（躺著）	nằm xuống（躺下）
ngồi（坐著）	ngồi lên（坐起來、坐上）
bò（趴著、爬著）	bò ra（趴出、爬出）
quỳ（跪著）	quỳ xuống（跪下）
đứng（站著）	đứng lên（站起來、站上）
đi（走著）	đi vào（走進）
chạy（跑著）	chạy về（跑回）
nhảy（跳著）	nhảy lên（跳上）
trèo（攀爬）	trèo xuống（攀爬下）
bay（飛著）	bay lên（飛起來、飛上）
trượt（滑著）	trượt vào（滑進）

（二）特殊動詞

1. 趨向動詞

　　趨向動詞表示動作的趨向，亦屬於不及物動詞，可以直接當做謂語，如果後面要加補語，通常是地點的名詞，或加方位詞之後再加名詞。例如：

▸ Tôi đi Việt Nam. 我去越南。

▸ Tôi lên trên tầng hai. 我上二樓。

　　趨向動詞包括：

▸ đi（去）

▸ về（回）

▸ lại（回、來）

▸ đến（到、來）

▸ tới（到、來）

▸ lùi（倒退）

▸ lên（上）

▸ xuống（下）

▸ ra（出）

▸ vào（進）

▸ sang（跨越）

▸ qua（過、經過）

　　這些趨向動詞，除了可以自己作為不及物動詞，也可以放在其他的活動動詞後面，或是作為方向的介詞或副詞，還可以放在情態動詞或形容詞的後面來表示主語的狀態、性質的變化（正面或負面）。

（1）動詞＋趨向動詞

a　動詞＋đi!＝動詞＋吧！

▸ Anh nói đi! 你說吧！

b　動詞＋về＋名詞＝動詞＋關於＋名詞

▸ Chúng tôi nói về lịch sử Việt Nam. 我們說關於越南歷史！

c　動詞＋lại＝再＋動詞（重複東西）

▸ Em hãy làm lại bài này. 請你再做這一題。

d　lại＋動詞＝又＋動詞（重複動作）

▸ Ông ấy lại nói rồi. 他又說了。

e　動詞＋đến / tới＋名詞＝動詞＋到＋名詞（對象或目的）

▶ Nói đến ẩm thực Việt Nam là chúng ta nghĩ tới phở.
說到越南飲食，我們就會想到河粉。

f　動詞＋lên（上、起來）＝動作往上的方向

▶ Để sách lên bàn.　把書放上桌。

g　動詞＋xuống（下、起來）＝動作往下的方向

▶ Bỏ tay xuống.　把手放下。

h　動詞＋ra（出、起來）＝動作往外面的方向（從狹窄到寬闊的地方）

▶ Tôi nhớ ra rồi.　我想起來了。

i　動詞＋vào（進、起來）＝動作往裡面的方向（從寬闊到狹窄的地方）

▶ Cất bút vào túi.　把筆收進包包。

j　動詞＋sang（到、成）＝動作往同一個高度的方向，只是不同的位
置、方式或轉變的材質

▶ Dịch câu này sang tiếng Hoa.　把這句翻成中文。

（2）形容詞＋趨向動詞

　　表示消極的變化（變少、變負面）時，要用「đi」（去）、「lại」
（回、來）、「xuống」（下）；表示積極的變化（變多、變正面）時，要用
「lên」（上）、「ra」（出）。例如：

▶ Dạo này chị ấy béo ra.　她最近變胖。

▸ Bệnh tình của anh ấy ngày càng xấu đi. 他的病情日益惡化。

▸ Tập thể dục làm cho thân hình gọn lại. 運動使身體變瘦而結實。

▸ Con trai tôi năm nay cao lên nhiều. 我兒子今年變高很多。

2. 助動詞

　　助動詞是指一個動詞不能單獨存在，必須要放在另外一個動詞的前面，來補充其意思。助動詞包括：「cần / cần phải」（需要）、「phải」（必要）、「muốn」（想要）、「nên」（應該）、「có thể」（可以）、「bị」（被）、「được」（得）、「có」（有）……等。

（1）「cần」、「cần phải」：中文意思是「需要」（need），是主語主體本身的需要。「cần」後面也可以加名詞作為一般的及物動詞。例如：

▸ Tôi cần mua một cuốn từ điển. 我需要買一本辭典。

▸ Tôi cần một cuốn từ điển. 我需要一本辭典。

（2）「phải」：中文意思是「必要」（must），用來表示主語受外來客體約束。在否定句它有「不用」、「不需要」的意思。例如：

▸ Hôm nay tôi phải học tiếng Việt. 今天我要學越南語。

▸ Ngày mai em không phải đi làm. 明天我不用上班。

（3）「muốn」：中文意思是「想要」（want），用來表示主語主體本身的需要，帶有自己的想法。例如：

▸ Tôi muốn đi siêu thị mua đồ. 我想去超市買東西。

▸ Em muốn xin nghỉ một buổi. 我想請假一天。

（4）「nên」：中文意思是「應該」（should），用來勸告、勸導別人應該或不應該做什麼事情。例如：

▶ Em nên học chăm chỉ hơn nữa. 你應該更加認真學習。

（5）「có thể」：中文意思是「可以」（can），用於允許別人能做什麼事情或表示自己的能力可以做什麼事情。例如：

▶ Các bạn có thể nghỉ một chút. 大家可以休息一下。
▶ Tôi có thể nói tiếng Pháp. 我可以說法語。

（6）「bị」、「được」：「bị」的中文意思是「被」；「được」的中文意思是「得」，都用在被動句，表示其主語的動作、狀態由外在、客體所帶來。

　a 　「bị」（被）：用於負面、主語不想要的結果。例如：

▶ Nó bị cảm cúm. 她感冒了。
▶ Cô ấy bị giám đốc mắng. 她被經理責罵。

　b 　「được」（得、可以）：用於正面、主語想要的結果。例如：

▶ Hôm nay em được nghỉ.
　今天我可以休息。（因為政府或所屬公司允許放假，所以不用上班或上課）
▶ Tôi được cô giáo khen. 我受到老師誇獎。

（7）「có」（有）：常用於「是否問題」，句型「có... không?」的中間可以加動詞、名詞或形容詞，而在動詞與形容詞前面的「có」有時候可以省略。

a 疑問句句型：主語＋có＋動詞／形容詞＋không?

　→肯定回答：Có,＋肯定句.

　→否定回答：Không,＋否定句.

▶ Anh có ăn cơm không? 你吃不吃飯？

　→Có, tôi có ăn cơm. 有，我有吃飯。 或

　　Có, tôi ăn cơm. 好，我吃飯。

　→Không, tôi không ăn cơm. 不，我不吃飯。

▶ Công việc của cậu có bận không? 你工作忙不忙？

　→Công việc của tớ khá bận. 我工作相當忙。

　→Không, công việc của tớ không bận lắm. 不，我工作不太忙。

當「có」後面加名詞，它就是一個及物動詞，用來指主語本身對於客體的存在或所有。

b 疑問句句型：主語＋có＋名詞＋không?

　→肯定回答：Có,＋肯定句.

　→否定回答：Không,＋否定句.

▶ Chị có bánh mì không? 你有沒有麵包？

　→Có, tôi có bánh mì. 有，我有麵包。

　→Không, tôi không có bánh mì. 不，我沒有麵包。

3. 連綴動詞

連綴動詞主要用來描述主語的狀態或性質，因此它的受詞也叫做主語補語。主語補語可能是名詞，也可能是形容詞，會根據動詞的意思而使用名詞或形容詞。

（1）可加形容詞的連綴動詞

  a trông / nhìn（看）、trông có vẻ / nhìn có vẻ（看起來）

▶ Nhìn có vẻ **ngon quá nhỉ!** 看起來好好吃喔！

  b nghe（聽）、nghe có vẻ（聽起來）

▶ **Bài hát này** nghe **hay quá!** 這首歌好好聽喔！

  c ngửi（聞）、ngửi có vẻ（聞起來）

▶ **Loại nước hoa này** ngửi **rất thơm.** 這種香水聞起來好香。

  d nếm（嚐）、nếm có vẻ（嚐起來）

▶ **Canh này** nếm có vẻ **hơi mặn.** 這湯嚐起來有點鹹。

  e sờ（摸）、sờ có vẻ（摸起來）

▶ **Cái áo này** sờ có vẻ **ấm.** 這衣服摸起來很溫暖。

  f cảm thấy（感覺、覺得）

▶ **Tôi** cảm thấy **hơi mệt.** 我覺得有點累。

  g trở nên（變成）

▶ **Sau cơn mưa, bầu trời** trở nên **trong xanh hơn.**
下雨之後，天空變得更清澈。

（2）只能加名詞的連綴動詞

a là（是）

▶ Tôi là cô giáo dạy tiếng Việt. 我是教越南語的老師。

「là」是一個比較特殊的詞，當它在否定時要加「không phải」（不是）在前面。

▶ Tôi không phải là người Đài Loan. 我不是台灣人。

b trở thành（成為、變成）

▶ Từ một cô bé đen nhẻm, cô ấy đã trở thành một thiếu nữ xinh đẹp.
從一個黑黝黝的小女孩，她已經變成一個漂亮的少女。

三、按意義分類動詞

（一）動詞分類

1. 活動動詞

表示動作、行為的動作動詞。例如：「ăn」（吃）、「mặc」（穿）、「học」（學習）、「ngủ」（睡覺）……等。例如：

▶ **Tôi** mặc **áo mới.** 我穿新的衣服。

2. 存現動詞

表示存在、變化的動詞。例如：「có」（有）、「xuất hiện」（出現）、「xảy ra」（發生）、「biến mất」（消失）……等。例如：

▶ **Hôm qua, ở công ty** xảy ra **một vụ cháy lớn.**
昨天，公司發生一場大火災。

3. 情態動詞

表示心理活動的感受動詞。例如：「thích」（喜歡）、「yêu」（愛）、「ghét」（討厭）、「hiểu」（瞭解）、「hi vọng」（希望）……等。例如：

▶ **Tôi rất** ghét **người nói dối.** 我很討厭說謊的人。

4. 使令動詞

用來促使別的主語做某些動作的動詞。例如：「làm / làm cho / khiến / khiến cho」（使）、「để」（讓）、「yêu cầu / đề nghị」（要求）、「mời」（邀請）、「nhờ」（請託）、「khuyên」（勸說）、「bắt」（逼）、「bảo」（訴説）、「sai」（派遣）……等。例如：

▷ **Cơn mưa đến bất chợt** làm cho **mọi người không kịp trở tay.**
突然來的大雨使大家不知所措。

5. 趨向動詞

表示動作方向的動詞。例如：「đi」（去）、「về」（回）、「lại」（回、來）、「đến」（到、來）、「tới」（到、來）、「lui」（倒退）、「lên」（上）、「xuống」（下）、「ra」（出）、「vào」（進）……等。例如：

▷ **Tôi** đi **học.** 我去上課。

6. 感官動詞

表示人的感覺、想法的動詞，它的後面通常會加一個子句（引用句）。例如：「nói」（說）、「biết」（知道）、「nghĩ」（想）、「thấy」（覺得）、「tin」（相信）……等。例如：

▷ **Cô ấy** nói **là cô ấy sẽ đến.** 她說她會來。

7. 判斷動詞

用來比較、判斷的動詞。例如：「là」（是）、「bằng」（等於）、「như」（如）、「giống」（像）……等。例如：

▷ **Câu chuyện này** giống **chuyện của tôi.** 這個故事很像我的故事。

（二）動詞用法

越語的句子中，動詞與動詞之間，可以按表達意思結合在一起，不需要任何介詞，而其順序，則按意義先後排序。此外，動詞也可以受副詞的修

飾，副詞的前後順序將在副詞篇來詳解。越語的動詞極少用重疊造詞。例如：

▶ **Tôi** thích đi mua **bánh mì** về ăn. 我喜歡去買麵包回來吃。

又，動詞與名詞之間，可以按動詞的類型來決定是否需要介詞。如果是及物動詞，就不需要介詞；如果是不及物動詞或需要多種受詞（直接受詞與間接受詞），則需要用介詞來連結。例如：

▶ **Tôi mua bánh mì** của **cô ấy.** 我買她的麵包。（I buy her bread.）
▶ **Tôi mua bánh mì** cho **cô ấy.** 我買麵包給她。（I buy bread for her.）
▶ **Tôi mua bánh mì** với **cô ấy.** 我跟她一起買麵包。（I buy bread with her.）

四、動詞詞組

（一）什麼是動詞詞組？

　　動詞詞組是以動詞作為核心的詞組。其前後可以加上不同的附屬詞語用來修飾或補充動詞的意思。動詞詞組可以分為前端、核心及後端。越語的動詞分成很多不同類型，因此不是所有動詞詞組的組合都有一樣的模式。

（二）動詞詞組的結構

1. 動詞的前端

　　動詞詞組的前端可以是副詞（時間副詞、否定副詞、頻率副詞）、助動詞。例如：

▶ **Tôi** đang **ăn cơm.** 我在吃飯。

▶ **Anh** không **thích mùi nước mắm.** 我不喜歡魚露味。

▶ **Tôi** thường **uống cà phê.** 我常喝咖啡。

▶ **Nó** phải **đi làm.** 她要上班。

2. 動詞的後端是名詞、代詞、動詞、形容詞或副詞

　　動詞詞組的後端可以是一個詞或另一個詞組，按核心動詞的意義與類型，動詞詞組的後端可以是名詞、代詞、動詞、形容詞或副詞。

（1）後端用來補充核心動詞的對象：及物動詞的後端通常是名詞、代詞。

▸ **Tôi mua** áo. 我買衣服。

（2）後端用來補充核心動詞的趨向：在趨向動詞後面的後端，通常是另外一個動詞或地點的名詞。

▸ **Chúng tôi đi** ăn cơm. 我們去吃飯。
▸ **Tôi đi** Việt Nam. 我去越南。

（3）後端用來補充核心動詞的目的：要用另一個動詞來修飾核心動詞，此後端的詞補充核心動詞的目的。

▸ **Hôm nay anh ấy học** nhảy. 今天他學跳舞。

（4）後端用來補充核心動詞的使令：要用動詞、指人的名詞或代詞。

▸ **Thầy giáo bắt** học thuộc. 老師要求背熟。

（5）後端用來補充核心動詞的收發行動：要用兩個不同的名詞，扮演直接補語與間接補語的角色。

▸ **Hôm qua tôi đã gửi** email cho anh ấy. 昨天我已經寄信給他。

（6）後端用來補充核心動詞的完成、結果：要用形容詞或時間、結果副詞。

▸ **Tôi ăn** xong rồi. 我吃完了。

（7）後端用來補充核心動詞的時間、地點、方式：要用時間、地點名詞或副詞。

▸ **Bây giờ mọi người đang ngủ** trưa. 現在大家正在睡午覺。

（8）後端用來補充核心動詞的數量：要用數詞。

▶ **Nó thông minh lắm, học** một **biết** mười. 他很聰明，學一知十。

3. 動詞的後端是介詞

　　動詞的後端就是動詞的補語或狀語，直接補語通常不需要加介詞，間接補語則需要加介詞，狀語是名詞時也需要加介詞，狀語是副詞時則不需要。介詞的使用可以參考介詞的單元。

（1）後端用來補充核心動詞的另外一個對象，也就是句子中的間接受詞：要使用介詞「cho」（給；後面接名詞或代詞）。

▶ **Anh mua** cho **em món quà này.** 我買給你這份禮物。

（2）後端用來補充核心動詞的目的、要求：「để」（為了、來；後面接其他動詞）、「cho」（為了；接形容詞）。

▶ **Tôi mua** để **tặng bạn gái tôi.** 我買來送我女朋友。
▶ **Em mặc áo vào** cho **ấm.** 妳把衣服穿起來讓身體暖和。

（3）後端用來補充核心動詞的原因：「vì」（因為、為了一個原因；接續名詞、形容詞）。

▶ **Nó chết** vì **ngu.** 她因為笨而死。
▶ **Tôi làm** vì **mẹ tôi.** 我為了媽媽而做。

（4）後端用來補充核心動詞的工具、材料：「bằng」（用來；接續名詞）。

▶ **Tôi thích viết** bằng **bút máy.** 我喜歡用鋼筆寫。
▶ **Cái dây chuyền này làm** bằng **ngọc trai.** 這條項鍊是用珍珠做的。

（5）後端用來補充核心動詞的比較對象：「như」（如；接續名詞）。

▶ Anh em nó giống nhau như đúc. 他們兩兄弟像模子一樣。

（6）後端用來補充核心動詞的媒介：「qua」（透過；接續名詞）。

▶ Tôi đã đặt vé máy bay qua mạng rồi. 我已經透過網路訂了機票。

（7）後端用來補充核心動詞的根據：「theo」（跟、根據；接續名詞）。

▶ Các bạn hãy nói theo tôi. 請大家跟我說。

（8）後端用來補充核心動詞的所有者：「của」（的；接續名詞）。

▶ Tôi mua của công ty ABC. 我買ABC公司的。

（9）後端用來補充核心動詞的時間：「vào」（在；接續時間名詞）。

▶ Anh ấy đã đến vào chiều hôm qua. 他在昨天晚上已經來了。

（10）後端用來補充核心動詞的地點：「ở / tại」（在；接續地點名詞）。

▶ Chúng ta sẽ ăn tối ở nhà hàng Hoa Sen. 我們會在蓮花餐廳吃晚餐。

（11）後端用來補充核心動詞的目標：「đến / tới」（到；接續名詞、動詞）。

▶ Em cứ đợi đến khi anh về. 你就等到我回來的時候吧。

（12）後端用來補充核心動詞的結果、完成：「được」（到）、「xong」（完）、「hết」（完）、「nốt」（完）、「ngay」（馬上）。詳細說明請看副詞篇。

▶ Tôi làm xong ngay đây. 我馬上就做完了。

五、動詞的疊詞

　　動詞當中，用疊詞造詞的情況較少，其重疊目的，是為了描述動作的重複，或是強調動作的次數。疊詞方法有重疊整個詞，重疊一部分語音，加上趨向動詞，或加「là」在疊詞後面。

（一）重疊整個詞

　　主要用於活動動詞，用疊詞表示動作的重複。例如：

▶ lắc（搖）　　　　→　　　lắc lắc（搖搖）

▶ gật（點）　　　　→　　　gật gật（點點）

▶ nói cười（説笑）　→　　　nói nói cười cười（有説有笑）

▶ ăn uống（吃喝）　→　　　ăn ăn uống uống（吃吃喝喝）

（二）重疊一部分語音

　　常用於情態動詞，表示程度減弱。例如：

▶ nhớ（想）　　　　→　　　nhơ nhớ（有點想）

▶ thích（喜歡）　　→　　　thinh thích（有點喜歡）

▶ tức（生悶氣）　　→　　　tưng tức（有點生氣）

▶ ghét（討厭）　　　→　　　ghen ghét（有點討厭）

（三）加上趨向動詞

　　強調動作趨向或次數。例如：

▶ nói（説）　　→　　nói đi nói lại（説來説去）

▶ viết（寫）　　→　　viết lên viết xuống（寫來寫去）

▶ chạy（跑）　　→　　chạy ra chạy vào（跑進跑出）

▶ nhìn（看）　　→　　nhìn ngang nhìn dọc（縱看橫看）

（四）加「là」在疊詞後面：常用於情態動詞，表示程度加強。

　　　　例如：

▶ nhớ（想）　　→　　nhớ nhớ là（好想）

▶ yêu（愛）　　→　　yêu yêu là（好愛）

▶ ghét（討厭）　　→　　ghét ghét là（好討厭）

六、練習

（一）請選出正確的答案。

1. Chúng tôi rất _____ được hợp tác với quý công ty.

   (A) hy vọng   (B) thành công

   (C) tiến hành   (D) xuất hiện

2. Tôi _____ rằng anh ấy sẽ thành công.

   (A) tin   (B) đến

   (C) làm   (D) yêu cầu

3. Rất đáng tiếc, chúng tôi _____ đáp ứng yêu cầu của khách hàng.

   (A) nên   (B) được

   (C) phải   (D) có thể

4. Học sinh đang xếp hàng lần lượt _____ đường.

   (A) đi   (B) qua

   (C) đến   (D) lại

5. Sau cơn giông, trên bầu trời _____ một chiếc cầu vồng thật đẹp.

   (A) đến   (B) xuất hiện

   (C) tạo nên   (D) biến mất

（二）請填入正確的詞語。

1. Chúng tôi _____ học tiếng Việt sáu tháng rồi.

2. Tôi _____ đi học đúng giờ.

3. Tôi _____ mua một cái áo dài.

4. Anh ấy gửi _____ tôi một bức thư rất dài.

5. Tôi không muốn nói _____ chuyện đó nữa.

6. Tôi đang dạy tiếng Việt _____ Đài Loan.

7. Chúng tôi rất muốn _____ văn hóa Việt Nam.

8. Tôi thường mua vé máy bay _____ mạng.

9. Anh ấy thích viết _____ bút máy.

10. Hôm nay chúng ta sẽ học _____ bài năm.

第五單元
形容詞與形容詞詞組

Tiếng Việt không khó.
越語不難。

一、什麼是形容詞？

　　形容詞用來修飾「名詞」或名詞性短語所組成的「名詞組合詞」，多表示性質、狀態、屬性、描述、顏色等涵義，亦可用來表示動作、行為、發展變化等狀態。形容詞可以直接當謂語、當名詞的定語，也可以讓副詞放在它的前面當作修飾。例如：

　▶　**Tiếng Việt tuy** khó **nhưng rất** thú vị. 越南語雖然難但是很有趣。

二、形容詞在意義方面的分類

（一）描述人、事、物等外表特點的形容詞

1. 顏色的形容詞

　　「đỏ」（紅）、「cam」（橙）、「vàng」（黃）、「lục」（綠）、「lam」（藍）、「chàm」（靛）、「tím」（紫）、「trắng」（白）、「đen」（黑）……等。這種形容詞有時候可以用特有物品的顏色來表達如「cà phê」（咖啡色）、「da」（皮膚色）。例如：

　▶　**Da trời ai nhuộm mà** xanh **ngắt?** 天空是誰染藍的？

2. 形狀的形容詞

　　「to」（大）、「nhỏ」（小）、「tròn」（圓）、「méo」（歪）、「vuông」（方）……等。例如：

　▶　**Trời** tròn **đất** vuông. 天圓地方。

3. 重量、容量的形容詞

「nặng」（重）、「nhẹ」（輕）、「béo」（胖）、「gầy」（瘦）、「ít」（少）、「nhiều」（多）……等。例如：

▶ **Của** ít **lòng** nhiều. 物少禮重。

4. 尺寸的形容詞

「dài」（長）、「ngắn」（短）、「cao」（高）、「thấp」（矮）、「rộng」（寬）、「hẹp」（窄）……等。這些形容詞可以當名詞的修飾語，有時候也可以放在動詞的後面來修飾動詞。例如：

▶ **Bàn tay cũng có ngón** dài **ngón** ngắn. 手掌的手指也有長有短。

（二）描述人、事、物等內在特點的形容詞

1. 人的情感、個性的形容詞

「vui」（快樂）、「buồn」（難過）、「dũng cảm」（勇敢）、「tích cực」（積極）、「lười biếng」（懶惰）、「ngây thơ」（天真）……等。例如：

▶ **Cậu bé đó rất** dũng cảm. 那個小朋友很勇敢。

2. 物的品質的形容詞

「tốt」（好）、「xấu」（壞、爛）、「bền」（堅固）、「dẻo」（柔軟）、「ngon」（好吃）、「ngọt」（甜）……等。例如：

▶ **Phở rất** ngon. 河粉很好吃。

3. 抽象描述的形容詞

「anh hùng」（英雄）、「bất khuất」（不屈服）、「nhiều」（多）、「ít」（少）……等。例如：

▸ **Dân tộc Việt Nam luôn** bất khuất **trước các thế lực ngoại bang xâm lược.**

越南民族總是不屈服於外邦勢力的侵略。

4. 在意義方面，形容詞可以藉由具體的名詞來表達抽象的意義，例如：

▸ **lá cây**（樹葉） → **xanh lá cây**（綠色）

▸ **món Huế**（順化菜） → **món ăn rất Huế**（很有順化風味的菜餚）

在語法方面，形容詞可以加副詞來修飾，但並不是所有形容詞都可以加副詞。此外，有些形容詞可以加上單位詞來轉變成名詞，同時也有些形容詞可以修飾動詞。

三、形容詞的語法特徵

（一）可以直接當謂語

越語的句子結構由兩個主要的語法成分構成，那就是「主語」和「謂語」。謂語用來表示主語的動作、性質、狀態等。其中表示性質、狀態、形狀等詞語都是使用形容詞。因此，越語的謂語可以由形容詞直接擔任，不需要透過動詞。例如：

▸ **Học sinh lớp tôi rất** chăm chỉ. 我們班的學生很認真。

▸ **Cái bút này** đẹp. 這支筆漂亮。

（二）可以當名詞的定語

當名詞在句中擔任主語或補語的角色，而它需要有形容詞修飾時，形容詞就可以在名詞後面補充、修飾名詞的意思，並與名詞結合成名詞詞組。此時，修飾名詞的形容詞被視為名詞的定語。例如：

▸ **Việt Nam là một đất nước** tươi đẹp. 越南是一個美麗的國家。

▸ **Mỗi người đều mong muốn có một cuộc sống** hạnh phúc.
每個人都希望有一個幸福的人生。

（三）可以搭配副詞

當形容詞要修飾名詞時，它也可以與否定、程度、時間等「副詞」搭配成為形容詞詞組。更詳細的說明，請看形容詞詞組的介紹。例如：

第五單元

▸ **Nó** không **ngoan.** 他不乖。（否定）

▸ **Chị ấy** hơi **bận.** 她有點忙。（程度）

▸ **Phở bò** rất **ngon.** 牛肉河粉很好吃。（程度）

▸ **Tiệc** đang **vui.** 宴會正有趣。（時間）

（四）可以變成名詞

當形容詞要作為句中的主語時，它需要有名詞的詞性。此時，在形容詞前面加上單位詞，就可以將它變成名詞。例如：

▸ đẹp　　→　　cái đẹp（漂亮）

▸ xấu　　→　　cái xấu（醜陋）

▸ vui　　→　　niềm vui（快樂）

▸ buồn　　→　　nỗi buồn（難過）

四、形容詞詞組

（一）什麼是形容詞詞組？

　　形容詞詞組是表示人或事物的形狀、性質、狀態等組合，並由形容詞作為核心的詞組。形容詞詞組除了核心的形容詞之外，還有前端與後端用來修飾、補充其意思。

（二）形容詞詞組的結構

1. 前端

　　形容詞詞組的前端主要由副詞擔任，如時間副詞、否定副詞、程度副詞等。例如：

- ▸ vẫn mệt（還累）
- ▸ không ngon（不好吃）
- ▸ rất đẹp（很漂亮）

2. 後端

　　形容詞的後端可以是名詞、動詞、副詞或其他的形容詞，它們功用在於修飾核心形容詞的範圍、性質、程度等。除此之外，形容詞的後端也可以是介詞。例如：

▸ xinh đẹp（漂亮可愛）

▸ hiền lành（賢慧善良）

▸ khéo tay hay làm（巧手勤做）

▸ hay quá（好有趣喔）

▸ đẹp lung linh（玲瓏美）

▸ đỏ như son（紅如胭脂）

▸ đúng theo quy định（符合規定）

▸ nguy hiểm cho chính mình（給自己危險）

五、形容詞的疊詞

　　形容詞是最常會用重疊的方式來造詞的詞性。而且有很多形容詞，並非是用重疊的方式把一個原本的詞造成新的詞，而是本身就是疊詞。用疊詞的方式，把一個原本的詞造出新的詞語，其目的在於增強或減弱其意義。

1. 本身就是疊詞

　　此類形容詞屬於多音節的詞語，如果把其中的音節去掉，另外的音節便失去了原本的意思。例如：

▷ lảm nhảm（喃喃自語）

▷ lung linh（閃閃發光）

▷ rực rỡ（燦爛）

▷ rắc rối（麻煩）

2. 疊整個詞

　　常用於尺寸、顏色等形容詞，用來減弱其意義，但是如果疊詞後面加上「là」的話，則是加強其意義。例如：

原詞	減弱	加強
đỏ（紅）	đỏ đỏ（有點紅紅）	đỏ đỏ là（紅紅的）
cao（高）	cao cao（有點高高）	cao cao là（高高的）
dài（長）	dài dài（有點長長）	dài dài là（長長的）

3. 疊一部分語音

　　這是最常見的疊詞模式，用於減弱或負面化其意義。但如果原本是單一音節的詞卻疊成三音節以上的疊詞，反而是強調其意思。例如：

原詞	減弱	加強
đẹp（漂亮）	đẹp đẽ（漂亮）	×
ngoan（乖）	×	ngoan ngoãn（乖）
chăm（認真）	×	chăm chỉ（認真）
sạch（乾淨）	sạch sẽ（乾乾淨淨）	sạch sành sanh（一乾二淨）
nhẽo（軟）	nhẽo nhèo（軟趴趴）	nhẽo nhèo nheo（軟趴趴）

六、練習

（一）請選出正確的答案。

1. Hiện nay vấn đề an toàn thực phẩm đang ở mức báo động nên mọi người đều tìm mua thức ăn _____.

   (A) sạch   (B) sạch sẽ

   (C) sành sạch   (D) sạch sành sanh

2. Tôi thấy bài hát này rất _____ tai.

   (A) dễ   (B) đẹp

   (C) vui   (D) dài

3. Tiếng Việt thật _____ phát âm.

   (A) khó   (B) hay

   (C) ngắn   (D) đẹp

4. Đây chỉ là một trò quảng cáo _____ tiền.

   (A) rẻ   (B) hay

   (C) đắt   (D) đẹp

5. Hôm nay quả là một ngày _____.

   (A) khó khăn   (B) lung linh

   (C) rạng rỡ   (D) sặc sỡ

（二）請找出形容詞詞組並翻譯下列句子。

1. Sau một trận mưa rào, tất cả các hồ trong thành phố đã đầy nước.

　　→＿＿＿＿＿＿＿＿＿＿＿＿＿＿＿＿＿＿＿＿＿＿＿＿＿

2. Vì không đủ tiền nên tôi chỉ dám mua một chiếc Iphone X.

　　→＿＿＿＿＿＿＿＿＿＿＿＿＿＿＿＿＿＿＿＿＿＿＿＿＿

3. Buổi sáng trên đường phố rất đông người.

　　→＿＿＿＿＿＿＿＿＿＿＿＿＿＿＿＿＿＿＿＿＿＿＿＿＿

4. Ông ấy là một người nổi tiếng khó gần.

　　→＿＿＿＿＿＿＿＿＿＿＿＿＿＿＿＿＿＿＿＿＿＿＿＿＿

5. Anh ấy thật tuyệt vời.

　　→＿＿＿＿＿＿＿＿＿＿＿＿＿＿＿＿＿＿＿＿＿＿＿＿＿

第六單元
代詞

Cô ấy là cô giáo tôi.
她是我的老師。

一、什麼是代詞？

　　代詞是用來代替名詞、動詞、形容詞，讓句中不再重複使用同一個詞彙的一種詞性。例如：

▶ Nam không ở trong lớp. Bạn ấy đi lên thư viện lấy tài liệu.

　　阿南不在教室裡。她去圖書館拿資料。

▶ Hôm qua mẹ tôi đi chợ, ở đó có bán rất nhiều hoa.

　　昨天我媽媽去菜市場，在那裡有賣很多花。

　　上面第一個例句，「Nam」（阿南）和「Bạn ấy」（她）是同一個人，「Bạn ấy」就是代詞。而第二個例句，「chợ」（菜市場）和「đó」（那裡）是指同一個地方，「đó」就是代詞。有了代詞，詞彙就不會一直重複。

二、代詞的分類

由於代詞是用來代替其他的詞語，因此它可以在句中扮演不同的角色。代詞可分成：人稱代詞、指示代詞、疑問代詞……等。

（一）人稱代詞

越南是一個非常重視輩分的國家，因此越語的人稱代詞（又稱「稱呼代詞」）會因為對話人之間關係之不同而有所改變，也就是稱呼對方時，會直接採用人與人之間的關係詞來稱呼。在社交方面，因為越南人也習慣把對方當成自己家人看待，因此也會比照家族關係的稱呼代詞來稱呼對方，此時會按照雙方的年齡差距來選用適當的稱呼代詞。

另外，有時由於兩方之間關係之不同，所以部分的人稱代詞可共用為「我」或「你」。例如：當「我」是「anh」（哥哥）、「你」是「em」（弟弟）時，你叫我「anh」、我也可以自稱「anh」。詳見以下表格：

1. 越語第一、第二人稱代詞

越語第一、第二人稱代詞

男生（單數）		女生（單數）	
第一人稱（我）	第二人稱（你）	第一人稱（我）	第二人稱（妳）
tôi 我（與對方毫無關係或是使用時不表示輩分）	bạn 朋友 ông 先生 anh 大哥	tôi 我（與對方毫無關係或是使用時不表示輩分）	bạn 朋友 bà 女士 chị 姊姊 cô 小姐

第六單元

2. 第三人稱代詞

在稱呼第三者的時候，只要看他在第二人稱是如何稱呼，然後在後面加上一個「ấy」（那個）即可。但如果第三人稱屬於物品或不需要尊稱的人物，可以統稱為「nó」（他／她／它）。

越語三方人稱代詞（單數）

男生（單數）		
第一人稱（我）	第二人稱（你）	第三人稱（他）
tôi 我（與對方毫無關係或是使用時不表示輩分）	bạn 朋友 ông 先生 anh 哥哥	bạn ấy 那位朋友 ông ấy 那位先生 anh ấy 那位哥哥
女生（單數）		
第一人稱（我）	第二人稱（妳）	第三人稱（她）
tôi 我（與對方毫無關係或是使用時不表示輩分）	bạn 朋友 bà 女士 chị 姊姊 cô 小姐	bạn ấy 那位朋友 bà ấy 那位女士 chị ấy 那位姊姊 cô ấy 那位小姐

3. 複數人稱代詞

越語的複數人稱代詞，也會因為第一人稱、第二人稱及第三人稱的不同，要在人稱代詞之前加上不同的詞。當要變成複數時，最常見的是在第一人稱前面加上「chúng」；在第二人稱或輩分比較高的第一人稱前面加上「các」；第三人稱則與單數一樣，也是在第二人稱後面加上「ấy」，或統稱為「họ」。至於關係比較親密或一般通俗的用法，還可以在前面加上「bọn」、「tụi」以表示複數。

越語三方人稱代詞（複數）

男生（複數）		
第一人稱（我們）	第二人稱（你們）	第三人稱（他們）
chúng tôi 我們（不包括聽話者在內） chúng ta 我們（包括聽話者在內）	các bạn 各位朋友 các ông 各位先生 các anh 各位哥哥	các bạn ấy 那些朋友們 các ông ấy 那些先生們 các anh ấy 那些哥哥們 họ 他們
女生（複數）		
第一人稱（我們）	第二人稱（妳們）	第三人稱（她們）
chúng tôi 我們（不包括聽話者在內） chúng ta 我們（包括聽話者在內）	các bạn 各位朋友 các bà 各位女士 các chị 各位姊姊 các cô 各位小姐	các bạn ấy 那些朋友們 các bà ấy 那些女士們 các chị ấy 那些姊姊們 các cô ấy 那些小姐們 họ 她們

4. 人稱代詞對照表

（1）單數

越語人稱代詞（單數）

男生（單數）		
第一人稱（我）	第二人稱（你）	第三人稱（他）
tôi 我	bạn 朋友 ông 先生 anh 哥哥	bạn ấy 那位朋友 ông ấy 那位先生 anh ấy 那位哥哥
em 弟弟	anh 哥哥 thầy 男老師	anh ấy 那位哥哥 thầy ấy 那位男老師

第一人稱（我）	第二人稱（你）	第三人稱（他）
anh 哥哥 thầy 男老師	em 弟弟	em ấy 那位弟弟 nó 他
cháu 孫子 / 侄子 / 外甥	chú 叔叔 cậu 舅舅 bác 伯伯 ông 爺爺	chú ấy 那位叔叔 cậu ấy 那位舅舅 bác ấy 那位伯伯 ông ấy 那位爺爺
chú 叔叔 cậu 舅舅 bác 伯伯 ông 爺爺	cháu 孫子 / 侄子 / 外甥	cháu ấy 那位孫子 / 侄子 / 外甥 nó 他
bố 爸爸	con 兒子	nó 他
con 兒子	bố / ba 爸爸	沒有第三人稱，需要時就用所有格的方式
tớ / mình 我（好友之間，但尚需尊重對方時使用）	bạn 朋友 cậu 朋友（好友之間，但尚需尊重對方時使用）	bạn ấy 他 cậu ấy 他 nó 他（不需尊重禮數時使用）
tao 我（好友之間或不需尊重禮數時使用）	mày 你（好友之間或不需尊重禮數時使用）	nó 他（不需尊重禮數時使用）

女生（單數）		
第一人稱（我）	第二人稱（妳）	第三人稱（她）
tôi 我	bạn 朋友 bà 女士 chị 姊姊 cô 小姐	bạn ấy 那位朋友 bà ấy 那位女士 chị ấy 那位姊姊 cô ấy 那位小姐
em 妹妹	chị 姊姊 cô 女老師	chị ấy 那位姊姊 cô ấy 那位女老師
chị 姊姊 cô 女老師	em 妹妹	em ấy 那位妹妹 nó 她
cháu 孫女／姪女／外甥女	cô 姑姑 dì 阿姨 bác 伯母 bà 奶奶	cô ấy 那位姑姑 dì ấy 那位阿姨 bác ấy 那位伯母 bà ấy 那位奶奶
cô 姑姑 dì 阿姨 bác 伯母 bà 奶奶	cháu 孫女／姪女／外甥女	cháu ấy 那位孫女／姪女／外甥女 nó 她
mẹ 媽媽	con 女兒	nó 她
con 女兒	mẹ 媽媽	沒有第三人稱，需要時就用所有格的方式
tớ／mình 我（好友之間，但尚需尊重對方時使用）	bạn 朋友 cậu 朋友（好友之間，但尚需尊重對方時使用）	bạn ấy 她 cậu ấy 她 nó 她（不需尊重禮數時使用）
tao 我（好友之間或不需尊重禮數時使用）	mày 妳（好友之間或不需尊重禮數時使用）	nó 她（不需尊重禮數時使用）

備註：第三人稱的稱呼，是相對於第一人稱（發言人）和其關係而成。

（2）複數

越語人稱代詞（複數）

男生（複數）		
第一人稱（我們）	第二人稱（你們）	第三人稱（他們）
chúng tôi 我們（不包括聽話者在內） chúng ta 我們（包括聽話者在內） chúng mình 我們（包括聽話者在內，用在好友或關係親密者之間的稱呼）	các bạn 各位朋友 các ông 各位先生 các anh 各位哥哥	các bạn ấy 那些朋友們 các ông ấy 那些先生們 các anh ấy 那些哥哥們 họ 他們
chúng em 弟弟們	các anh 哥哥們 các thầy 男老師們	các anh ấy 那些哥哥們 các thầy ấy 那些男老師們 họ 他們
các anh 哥哥們 các thầy 男老師們	các em 弟弟們	các em ấy 那些弟弟們 chúng nó 他們
chúng cháu 孫子們／姪子們／外甥們	các chú 叔叔們 các cậu 舅舅們 các bác 伯伯們 các ông 爺爺們	các chú ấy 那些叔叔們 các cậu ấy 那些舅舅們 các bác ấy 那些伯伯們 các ông ấy 那些爺爺們 họ 他們
các chú 叔叔們 các cậu 舅舅們 các bác 伯伯們 các ông 爺爺們	các cháu 孫子們／姪子們／外甥們	các cháu ấy／chúng nó 他們

第一人稱（我們）	第二人稱（你們）	第三人稱（他們）
chúng con 孩子們	bố / ba 爸爸（一般來説不會用複數，如果有就照常）	沒有第三人稱，需要時就用所有格的方式
bố mẹ 父母	các con 孩子們	chúng nó 他們
chúng tớ / mình 我們 bọn tớ / mình 我們（好友之間，但尚需尊重對方時使用）	các bạn 朋友們（好友之間，但尚需尊重對方時使用）	các bạn ấy 那些朋友們 chúng nó 他們（好友之間或不需尊重禮數時使用）
bọn tao 我們（好友之間或不需尊重禮數時使用）	bọn mày 你們（好友之間或不需尊重禮數時使用）	chúng nó 他們（不需尊重禮數時使用）
女生（複數）		
第一人稱（我們）	第二人稱（妳們）	第三人稱（她們）
chúng tôi 我們（不包括聽話者在內） chúng ta 我們（包括聽話者在內） chúng mình 我們（包括聽話者在內，用在好友或關係親密者之間的稱呼）	các bạn 各位朋友 các bà 各位女士 các chị 各位姊姊 các cô 各位小姐	các bạn ấy 那些朋友們 các bà ấy 那些女士們 các chị ấy 那些姊姊們 các cô ấy 那些小姐們 họ 她們
chúng em 妹妹們	các chị 姊姊們 các cô 女老師們	các chị ấy 那些姊姊們 các cô ấy 那些女老師們 họ 她們
các chị 姊姊們 các cô 女老師們	các em 妹妹們	các em ấy 那些妹妹們 chúng nó 她們

第六單元

第一人稱（我們）	第二人稱（妳們）	第三人稱（她們）
chúng cháu 孫女們 / 姪女們 / 外甥女們	các cô 姑姑們 các dì 阿姨們 các bác 伯母們 các bà 奶奶們	các cô ấy 那些姑姑們 các dì ấy 那些阿姨們 các bác ấy 那些伯母們 các bà ấy 那些奶奶們 họ 她們
các cô 姑姑們 các dì 阿姨們 các bác 伯母們 các bà 奶奶們	các cháu 孫女們 / 姪女們 / 外甥女們	các cháu ấy / chúng nó 她們
chúng con 孩子們	mẹ 媽媽（一般來説不會用複數，如果有就照常）	沒有第三人稱，需要時就用所有格的方式
bố mẹ 父母	các con 孩子們	chúng nó 她們
chúng tớ / mình 我們 bọn tớ / mình 我們（好友之間，但尚需尊重對方時使用）	các bạn 朋友們（好友之間，但尚需尊重對方時使用）	các bạn ấy 那些朋友們 chúng nó 她們（好友之間或不需尊重禮數時使用）
bọn tao 我們（好友之間或不需尊重禮數時使用）	bọn mày 妳們（好友之間或不需尊重禮數時使用）	chúng nó 她們（不需尊重禮數時使用）

備註：第三人稱的稱呼，是參照相對於第一人稱（發言人）和他的關係而
　　　成。

5. 「ta」跟「mình」的差別

（1）「ta」

　　「ta」是擁有很多詞性以及意義的詞彙。它可以是代詞、形容詞或語氣

詞。當「ta」是代詞時，意思是「我、我們」，如果是放在群組名詞、代詞之後，其意思就是（包含聽者在內的「我、我們」）。如果「ta」是形容詞時，它是「國內、本土」的意思，與「國外、西方」相反。至於在越南南部，「ta」是地方口語，放在句尾當作語氣詞，表示「驚訝、疑問」。例如：

▶ **Dân** ta **phải biết sử** ta. **Cho tường gốc tích nước nhà Việt Nam.**
我國人須知我國史，才能了解我國越南的來源。（兩個「ta」皆為形容詞）

▶ **Chúng** ta **phải cố gắng hơn nữa để đạt hiệu quả tốt trong công việc.**
我們要更加努力更有效率地達成工作。（「ta」為代詞）

▶ **Người Việt Nam thích ăn gà** ta **hơn gà công nghiệp.**
越南人喜歡吃土雞勝過肉雞。（「ta」為形容詞）

▶ **Hôm nay đi đâu mà đẹp trai quá** ta?
今天要去哪裡，怎麼那麼帥啊？（「ta」為語氣詞）

（2）「mình」

「mình」也是擁有很多詞性以及意義的詞彙。它可以是名詞、代詞、所有形容詞。當「mình」是名詞時，意思是「身體的一部分，不包含頭部及尾部」。當「mình」是代詞時，有「我、我們、你」的意思，如果將它放在群組名詞、代詞之後，其意思是「（包含聽者在內的）我、我們、你」，但只用於熟悉的同輩、親密關係之間。當「mình」是所有格時，它的意思是「自己」，也就是指它所修飾的前面主語的自己本身。例如：

▶ Mình **voi đuôi chuột.** 身象尾鼠。（「mình」為名詞）

▶ **Bố ơi,** mình **đi đâu thế?** 爸爸，我們要去哪裡？（「mình」為代詞）
Đi về nhà mình. 回我們家啊。（「mình」為形容詞）

▸ Mỗi người đều phải chịu trách nhiệm với lời nói của mình.

每個人都要對自己所説的話負責。（「mình」為所有格）

（二）指示代詞

指示代詞為用來指示或區別人或事或物的詞。

1. 指定人、事、物的代詞

（1）「đây」（這）：代表人、事、物就在説話者的身邊。例如：

▸ Đây là bánh mỳ.　這是麵包。

（2）「kia」（那）：代表人、事、物離説話者有些距離，但還看得見。例如：

▸ Kia là phở bò.　那是牛肉河粉。

（3）「đấy / đó」（那）：代表離説話者有些距離、或不在説話者現場，但是已經被説話者和聽話者知道、確定過的某一個人、事、物。例如：

▸ Kia là cái gì?　那是什麼？

Đó là quyển từ điển Hoa Việt.　那是華越辭典。

小叮嚀

「đây / kia / đấy / đó」（這 / 那）這些指示代詞在使用時，動詞都是用「là」（是），後面的名詞是「主語補語」，名詞前面需要加「單位詞」。例如：

▸ Đây là cái gì?　這是什麼東西？

Đây là quyển sách.　這是一本書。

2. 可以放在名詞後面的「指示代詞」

　　「đây」（這）、「kia / đấy / đó」（那）這些指示代詞，當它們放在名詞的後面時，可以視為指示形容詞。此時，「đây」（這）需改成「này」（這），「kia / đấy / đó」不會改變，也可以用「ấy」（那）來代替。除此之外，這些指示代詞也可以與其他介詞或方位詞結合，做為時間或空間的指示代詞。

「指示代詞」及「指示形容詞」之差別

指示代詞	→	指示形容詞
đây（這） 「đây」只會放在「là」（是）的前面或「ở」（在）和「方位詞」的後面，用來做為時間與空間的「指示代詞」，不會跟名詞結合。如果出現在句首或句尾，便為語氣詞。	代表人、事、物就在説話者的身邊。	này（這） 只會放在「名詞」或「單位詞」的後面，不會跟「là」（是）或「ở」（在）在一起。如果出現在句首或句尾，便為語氣詞。
kia（那） 放在「名詞」或「單位詞」的後面做為「指示形容詞」。而放在「là」或「ở」和「方位詞」的後面，就是做為時間或空間的「指示代詞」。如果出現在句首或句尾，便為語氣詞。	代表人、事、物離説話者有些距離，但還可以看得見。	kia / ấy（那） 放在「名詞」或「單位詞」的後面做為「指示形容詞」。而放在「là」或「ở」和「方位詞」的後面，就是做為時間或空間的「指示代詞」。但是「ấy」（那）只能放在名詞或代詞後面。如果出現在句首或句尾，便為語氣詞。

指示代詞	→	指示形容詞
đấy / đó（那） 放在「名詞」或「單位詞」的後面做為「指示形容詞」。而放在「là」或「ở」和「方位詞」的後面，就是做為時間或空間的「指示代詞」。如果出現在句首或句尾，便為語氣詞。	代表人、事、物離說話者有些距離或不在現場，但是已經被說話者和聽話者知道。	đấy / đó / ấy（那） 放在「名詞」或「單位詞」的後面做為「指示形容詞」。而放在「là」或「ở」和「方位詞」的後面，就是做為時間或空間的「指示代詞」。但是「ấy」（那）只能放在名詞或代詞後面。如果出現在句首或句尾，便為語氣詞。

「方位詞」與「指示代詞」結合做為時間或空間的「指示代詞」

方位詞	指示代詞	結合為時間或空間的「指示代詞」
trước （前）		▶ trước đây 之前 ▶ trước đó / đấy 在那之前（前面已出現某個時間） ▶ trước kia 以前
sau （後）	đây（這） này（這） kia（那） đấy（那） đó（那） ấy（那）	▶ sau này 以後 ▶ sau đây 接著 ▶ sau đó / đấy 在那之後（前面已出現某個時間）。
trên （上）		▶ trên đây 以上 ▶ trên này 這上面 ▶ trên đó / đấy / ấy 那上面（不一定要在現場，但是已確定的地點） ▶ trên kia 那上面（一定要在現場）

方位詞	指示代詞	結合為時間或空間的「指示代詞」
dưới（下）	đây（這） này（這） kia（那） đấy（那） đó（那） ấy（那）	▸ dưới đây 以下 ▸ dưới này 這下面 ▸ dưới đó / đấy / ấy 那下面（不一定要在現場，但是已確定的地點） ▸ dưới kia 那下面（一定要在現場）
trong（裡）		▸ trong này 這裡面 ▸ trong đó 其中 ▸ trong đó / đấy / ấy 那裡面（不一定要在現場，但是已確定的地點） ▸ trong kia 那裡面（一定要在現場）
ngoài（外）		▸ ngoài này 這外面 ▸ ngoài kia 那外面（一定要在現場） ▸ ngoài đó / đấy / ấy 那外面（不一定要在現場，但是已確定的地點）
ở（在）		▸ ở đây 在這裡 ▸ ở kia 在那裡 ▸ ở đó / đấy 在那裡（不一定要在現場，但是已確定的地點）

（三）關係代詞

　　關係代詞是身兼代詞與連詞兩種角色的詞語。它一方面代替先前出現的先行詞（名詞或代詞），先行詞可能是前面子句的主語或補語。另一方面它用來引導關係子句，修飾所替代的先行詞，以形成複合句。如果前面子句的先行詞就是關係子句的動詞補語（受詞），就會形成倒裝句的模式。

　　越語的關係代詞主要使用連接詞「mà」（的），無論它所要代替的名詞是人、事、物、地，任何情況都可以使用。這個關係代詞在很多時候可以被

省略不需要出現，它出現的用意，多用來強調它所代替的先行詞的重要性。
例如：

- Những sản phẩm mà chúng tôi sản xuất đều được xuất khẩu sang Mỹ.

  我們生產的產品都被出口到美國市場。

- Công ty mà tôi giới thiệu cho anh chuyên sản xuất các loại đặc sản Việt Nam.

  我介紹給你的公司是專門生產越南特產的公司。

- Người mà đã giúp tôi chính là học sinh cũ của mẹ tôi.

  曾經幫我的人就是我媽以前的學生。

- Ngày mà chúng tôi chia tay là ngày trời mưa như trút nước.

  我們分手的那天就是傾盆大雨的一天。

- Tôi rất thích cuốn sách mà anh viết. 我很喜歡你寫的那本書。

- Cuốn sách mà anh viết rất hay. 你寫的那本書很有意思。

小叮嚀

　　「mà」除了可以叫做關係代詞，它也是個連詞，可以用來連接兩個動詞
或分句之間的關係。

　　　如果它連接的是兩個動詞或形容詞，而這兩個動詞或形容詞同樣都是肯
定或意思相同，那麼它會有「而且」的意思，或是後面的動作就是前面動作
的結果。但如果兩個動詞或形容詞其中一個是肯定、一個否定，或有相反的
意思，那麼它就有「卻」、「而不」、「但是」的意思。例如：

- Sản phẩm này rẻ mà đẹp. 這個產品便宜而且漂亮。

- Hôm nay là quốc khánh mà không được nghỉ.

  今天是國慶日但是沒有放假。

（四）其他代詞

除了上述的代詞外，還有其他的代詞可以用來表示狀態、數量。

1. 狀態代詞

用來代替前面所說過的狀態、性質，需根據情境來變化。這些代詞主要有「vậy」（那麼）、「thế」（那麼）。例如：

▶ Chào Mai, khỏe không?　嗨，小梅，你好嗎？
　 Chào Minh, mình vẫn vậy.　嗨，阿明，我還是那樣。

2. 數量代詞

用來代替不確定或全部的數量。包括：「tất cả」（全部）、「hết cả」（所有）、「cả」（全部）、「khắp」（整；後面需要加空間或地點的名詞）、「suốt」（整；後面需要加時間的名詞）。例如：

▶ Ngày mai tất cả đều phải đi làm.　明天全部都要上班。
▶ Khắp Đài Loan đâu đâu cũng vang tiếng chúc mừng.
　 整個台灣到處都響起慶祝的聲音。
▶ Nó đi làm suốt mấy năm chưa về nhà.　她去工作整整幾年還沒有回家。

3. 互相代詞「nhau」（互相、彼此，但翻譯成中文有時不會直譯出來）

用來表達兩者之間的互相關係、動作，主語必須是複數，或是多個名詞、代詞並用才可，其位置通常在動詞或介詞後面。例如：

▶ Chúng tôi yêu nhau.　我們相愛。
▶ Tôi và cô ấy làm cùng nhau.　我和她一起工作。
▶ Họ luôn giúp nhau trong công việc và cuộc sống.
　 她們總是在工作及生活上互相幫忙。

第六單元

三、練習

請選出正確的答案。

1. Hôm nay _____ sẽ đi thăm bảo tàng lịch sử, sau đó họ sẽ ăn trưa tại nhà hàng Hoa Sen.

(A) chúng ta   (B) chúng tôi

(C) các bạn   (D) các bạn ấy

2. _____ là những quy định của công ty, các bạn có điều gì chưa được rõ không?

(A) trên này   (B) trên đây

(C) trên kia   (D) trên đấy

3. Ở _____ có nóng không? Ngoài này bây giờ đang vào thu, trời rất mát mẻ.

(A) trong đó   (B) trong này

(C) trong kia   (D) ngoài kia

4. _____ tuần này chúng ta đều phải làm thêm mới kịp tiến độ công việc.

(A) cả   (B) một

(C) khắp   (D) tất

5. Người _____ anh đang tìm đang ở trong kia đợi anh.

(A) của   (B) mà

(C) này   (D) ấy

第七單元
數詞

Tôi học tiếng Việt 3 năm rồi.
我學越語3年了。

一、什麼是數詞？

　　數詞是表示「數目」和「順序」的詞。表示數目的是「基數詞」，表示順序的是「序數詞」。其中基數詞又可分為「準確的基數詞」及「大約（不準確）的基數詞」。準確的基數詞放在名詞或單位詞的前面表示一個準確的數量，放在名詞的後面則表示號碼或代碼。例如：

▶ **Nhà tôi có** ba **tầng. Phòng tôi ở tầng** ba.

　　我家有三層樓。我房間在三樓。

二、數詞的分類

（一）基數詞

1. 準確的基數詞

常用的基數詞

0～10	11～20
không　0	mười một　11
một　1	mười hai　12
hai　2	mười ba　13
ba　3	mười bốn　14
bốn　4	mười lăm　15
năm　5	mười sáu　16
sáu　6	mười bảy　17
bảy　7	mười tám　18
tám　8	mười chín　19
chín　9	hai mươi　20
mười　10	

21～30	100～
hai mươi mốt　21	trăm　百
hai mươi hai　22	nghìn / ngàn　千
hai mươi ba　23	triệu　百萬
hai mươi tư / bốn　24	tỷ　10億
hai mươi lăm / nhăm　25	một trăm linh / lẻ một　101
hai mươi sáu　26	một nghìn không trăm linh một　1,001
hai mươi bảy　27	
hai mươi tám　28	
hai mươi chín　29	
ba mươi　30	

「十位數後的數字」唸法的不規則變化：

（1）một → mốt：在21～91的個位數「1」，要用「mốt」而非「một」。例如：「21」要說「hai mươi mốt」。

（2）năm → lăm：在15～95的個位數「5」，要用「lăm」而非「năm」越南北部的人還會用「nhăm」。例如：「35」要說「ba lăm」或「ba nhăm」。

（3）mười → mươi：在20～90的個位數「0」，要用「mươi」而非「mười」。例如：「50」要說「năm mươi」。

（4）bốn → tư / bốn：在24～94的個位數「4」，可以用「tư」或「bốn」。例如：「44」可以用「bốn bốn」或「bốn tư」。

2. 大約（不準確）的數詞

（1）một số（一些）：用於可數名詞。例如：

▶ Hiện tôi đang có một số việc cần phải giải quyết.
我正有一些事情要處理。

（2）một vài（一些）：用於可數名詞，常用於口語。例如：

▶ Anh có thể cho tôi một vài ý kiến về vấn đề này không?
對於這件事，你可以給我一些意見嗎？

（3）mấy（幾）：用於數量少於十的可數名詞。例如：

▶ Tôi chỉ đi Việt Nam mấy ngày. 我只去越南幾天。

（4）vài（幾）：用於數量少於十的可數名詞，常用於口語。例如：

▶ Bây giờ tôi chỉ còn vài nghìn thôi, anh có cần thì tôi cho vay.
我現在只剩幾千塊，你需要就借你。

（5）dăm（幾）：用於數量少於五或等於五的可數名詞，常用於口語。例如：

▶ Dăm bữa nửa tháng là quen thôi. 過幾天就會習慣啦。

（6）một ít（一些、一點）：用於不可數名詞。例如：

▶ Có thể cho tôi thêm một ít thời gian không? 可以給我多一點時間嗎？

（7）một chút（一些、一點）：用於不可數名詞。例如：

▶ Tôi mới học một chút tiếng Việt. 我才學一點越南語。

（8）bao nhiêu（好多）：用於不可數名詞。例如：

▶ Nó có bao nhiêu tiền thế mà không mua. 他有那麼多錢但都不買東西。

（二）序數詞

序數詞通常要放在名詞後面，用來表示順序，並且要在數字前面加上「thứ」（第），例如：「thứ ba」（第三）、「thứ năm」（第五）。

越語的基數詞與序數詞的最大不同，在於「thứ nhất」（第一）及「thứ tư」（第四），它們和「một」（1）及「bốn」（4）的説法不一樣。另外，「第二」有兩種説法，分別是「thứ nhì」或「thứ hai」。其他數字就沒有什麼差別，只要加上「thứ」（第）在數字前面即可。例如：

▸ **Ngày** thứ nhất, **tôi ăn** một **bát cơm.** 第一天，我吃一碗飯。

▸ **Tôi học đại học** bốn **năm, năm nay là năm** thứ tư.
我大學讀四年，今年是四年級。

此外，想要表達「第一」，除了可以在名詞的後面加上「thứ nhất」（第一）的序數詞，也可以在名詞後面加上「đầu tiên」（首先）的方式。例如：「第一天」可以説成「ngày thứ nhất」，或「ngày đầu tiên」。

▸ **Lần** đầu tiên **tôi đến Đài Loan là năm 2002.** 我第一次來台灣是2002年。

而想表達「最後」，就在順序或方位詞的後面加上「cùng」，像是「cuối cùng」（最後）、「sau cùng」（最後）。例如：

▸ **Đó là lần** cuối cùng **tôi gặp cô ấy.** 那是我最後一次遇見她。

三、練習

請選出正確的答案。

1. Cô ấy đã đạt giải _____ trong cuộc thi marathon được tổ chức tại Đà Nẵng năm 2015.

   (A) một (B) nhất

   (C) đầu tiên (D) cuối cùng

2. Tôi cũng không có nhiều tiền, chỉ có thể cho anh vay _____ nghìn thôi.

   (A) ít (B) vài

   (C) nhiều (D) một số

3. Tôi sẽ đi Việt Nam _____ ngày.

   (A) mười năm (B) mười lăm

   (C) mươi năm (D) mươi lăm

第八單元
單位詞

Mỗi ngày tôi nói một câu tiếng Việt.
我每天説一句越語。

一、什麼是單位詞？

　　越語的「單位詞」或「單位名詞」在中文叫做「量詞」，在語言學的學術用語叫做「分類詞」（classifier），是用來區分不同事物的詞語。「單位詞」常常用於被計數或被指定的名詞前面，像是和「數詞」或「指示詞」連用的時候。有時候，「單位詞」也可以代替它所修飾的名詞，以免重複使用。例如：

> ▶ Tôi có ba cuốn sách.　我有3本書。
>
> ▶ Cuốn sách này đẹp.　這本書很漂亮。
>
> ▶ Đây là cuốn sách hay.　這是有趣的書。

　　上面三個例句，第一句，單位詞「cuốn」（本）的用法相當於「量詞」，其位置通常位在「數詞」和「名詞」的中間。

　　第二句和第三句，單位詞「cuốn」的前面未出現「數詞」，但是在它所修飾的名詞前面或後面出現了「指示詞」，此時單位詞的作用，是將名詞歸類在一個種類或代替前面所出現過的名詞。例如：

> ▶ quyển sách　書本
>
> ▶ cái ghế　椅子
>
> ▶ con gà　雞

　　另外，當「單位詞」的前面未出現「數詞」，它代表單一數量。如果要表示某種事物的全體、泛指某事物時，則不需要加「單位詞」。例如：

> ▶ Tôi mua ba quyển sách.　我買3本書。
>
> ▶ Tôi mua quyển sách này.　我買這本書。
>
> ▶ Tôi thích đọc sách.　我喜歡看書。

二、單位詞的分類

　　單位詞用來分類名詞的屬性，而最主要的作用是計量所有的人、事、物。單位詞詞性為名詞，按單位詞所指的意思可以分成「測量單位詞」、「指人的單位詞」、「指具體物品的單位詞」、「指集體、群組的單位詞」、「指抽象事情的單位詞」等。

（一）測量單位詞

　　測量單位詞除了可以用國際單位，還可以用越南傳統的用法。測量單位詞除了可以放在名詞前面，也可以放在形狀、尺寸的形容詞後面。

1. 測量重量

　　測量重量的單位詞，有的用傳統的表示方式，有的則用國際測量單位表示。

越語測量重量的單位詞

越語	中文	國際單位	例如
gam	公克	g	một gam vàng（1公克黃金）
lạng	100公克	100g	một lạng thịt（100公克肉）
cân / kí / ki-lô-gam	公斤	1000g / 1kg	một cân cam（1公斤柳橙）
yến	10公斤	10kg	một yến gạo（10公斤白米）
tạ	100公斤	100kg	một tạ thóc（100公斤稻米）
tấn	公噸	1000kg	một tấn hàng（1公噸貨物）

2. 測量高度、長度

　　測量高度、長度的單位詞，有的用傳統的表示方式，有的則用國際測量單位表示。

越語測量高度、長度的單位詞

越語	中文	國際單位	例如
mi-li mét	毫米	mm	dài một mi-li mét（長1毫米）
phân	公分	cm	rộng một phân（寬1公分）
mét	米、公尺	m	cao một mét（高1公尺）
ki-lô-mét / cây số	公里	km	khoảng cách một ki-lô-mét（距離1公里）

3. 測量面積、體積

　　測量面積、體積的單位詞，有的用傳統的表示方式，有的則用國際測量單位表示。

越語測量面積、體積的單位詞

越語	中文	國際單位	例如
mét vuông	平方公尺	m²	một mét vuông nhà（1平方公尺房子）
héc-ta	公頃	ha	một héc-ta rừng（1公頃森林）
ki-lô-mét vuông	平方公里	km²	một ki-lô-mét vuông đất（1平方公里土地）
thước	尺	24m²	một thước ruộng（1尺田）
sào	甿（十分之一北部畝）	360m²	một sào ruộng（1甿田）
mẫu	畝（北部）	3600m²	một mẫu ruộng（1畝田）

越語	中文	國際單位	例如
công	畝（南部）	1000m²	một công đất（1畝田）
mi-li-lít	毫升	ml	một mi-li-lít nước cất（1毫升蒸餾水）
lít	公升	l	một lít rượu（1公升酒）
khối	立方公尺	m³	một khối nước（1立方公尺水）

4. 測量時間

　　測量時間的單位詞同時也是名詞，因此在數字後面就直接加關於時間的單位詞（名詞），不必另外多加單位詞。

越語測量時間的單位詞（名詞）

越語	中文	例如
giây	秒	Kỉ lục chạy 100m hiện nay là dưới 10 giây. 目前的跑步100米紀錄是10秒以下。
phút	分鐘	Thời gian của một tiết học là 50 phút. 一節課的時間是50分鐘。
giờ	小時	Tôi học tiếng Việt 3 giờ mỗi ngày. 我每天學越南語3小時。
ngày	天	Tôi đi Việt Nam 5 ngày. 我去越南5天。
tuần	星期	Một năm có 52 tuần. 一年有52週。
tháng	月	Một năm có 12 tháng. 一年有12個月。
quý	季、三個月	Chúng tôi kiểm hàng một quý một lần. 我們一季盤點1次。

越語	中文	例如
mùa	季節	Miền Bắc Việt Nam một năm có 4 mùa. 越南北部一年有4季。
năm	年	Tôi đã ở Đài Loan 16 năm. 我已住在台灣16年。
thập kỉ	一秩、 十年	Hai miền Nam, Bắc Việt Nam đã thống nhất hơn 4 thập kỉ. 越南南北已經統一超過40年。
thế kỉ	世紀	Trong lịch sử, Việt Nam đã từng bị các triều đại Trung Quốc đô hộ gần 13 thế kỉ. 歷史中，越南曾經受中國各個朝代統治將近13個世紀。
thiên niên kỉ	千年紀	Hiện nay chúng ta đang ở thiên niên kỉ thứ ba. 我們正在處於第3個千年紀。

（二）指人的單位詞

通常和人相關的名詞不需要加單位詞，但是在書寫文章或需要註明階級、輩分時就需要單位詞，此時可直接使用「人稱代名詞」作為單位詞。例如：「anh」（哥哥）、「chị」（姐姐）等。此外，還可以用下列詞彙當做人的單位詞：

越語指人的單位詞

越語	中文	用法	例如
ả	女性的傢伙	對人藐視、貶抑的用法	một ả kỹ nữ（一個妓女）
con	女性的傢伙	對人藐視、貶抑的用法	một con điên （一個瘋女人）

越語	中文	用法	例如
gã	男性的傢伙	對人藐視、貶抑的用法	một gã ăn mày（一個乞丐）
mụ	女性的傢伙	對人藐視、貶抑的用法	một mụ ăn mày（一個女乞丐）
người	人	計算人的單位詞	một người diễn viên（一位演員）
tên	名	對人藐視、貶抑的用法	một tên cướp（一個搶劫犯）
thằng	男性的傢伙	對人藐視、貶抑的用法	một thằng trộm（一個小偷）
vị	位	對需要尊敬的人使用的單位詞	một vị giám đốc（一位經理）

（三）指具體物品的單位詞

具體的物品通常按照其類別、形狀來計量，因此可以使用準確測量的單位詞，也可以用其他具體的單位名詞來計量、歸類。常見的單位詞如下：

越語指具體物品的單位詞

越語	中文	用法	例如
bãi	泡	計算尿、屎的單位詞	một bãi nước tiểu（一泡尿）
bãi	片	計算草皮、空地的單位詞	một bãi cỏ（一片草坪）

越語	中文	用法	例如
bài	首、課、篇	計算言語、文章的單位詞	một bài hát（一首歌）
bậc	級	計算臺階、樓梯、高塔的層級的單位詞	một bậc thang（一級階梯）
bông	朵	計算花、菜的單位詞	một bông hoa（一朵花）
bữa	餐、頓、天	計算餐點的單位詞	một bữa cơm（一頓飯）
bức	幅	計算掛在牆壁上的由紙張作成的藝術品如畫作、海報的單位詞	một bức tranh（一幅畫）
cái	個、件、支、台、張、條	計算一般的工具、容器、隨身物品的單位詞，此單位詞也可將形容詞變名詞。	một cái áo（一件衣服） một cái điện thoại（一支手機） một cái xe đạp（一台腳踏車）
cánh	扇、翼、片	計算翼狀物、森林、田園的單位詞	một cánh diều（一只風箏） một cánh đồng（一片田園）
căn	間	計算房屋的單位詞	một căn nhà（一間房子）
cây	棵、條	計算植物、長條形的物品的單位詞	một cây ngô（一棵玉米） một cây viết（一支筆）
con	隻、頭、尾	計算動物的單位詞	một con gà（一隻雞）
cỗ	架	計算機器的單位詞	một cỗ xe tăng（一架坦克車）
củ	顆、條	計算植物的根莖類的單位詞	một củ khoai（一顆番薯）

越語	中文	用法	例如
cuốn	本、卷	計算書冊的單位詞	một cuốn sách（一本書）
cuộn	綑、捲	計算成捲物品的單位詞	một cuộn dây（一綑繩子）
chặng	段	計算路途的單位詞	một chặng đường（一段路）
chiếc	支	計算一雙當中的一支、東西的單位詞	một chiếc dép（一支拖鞋）
đóa	朵	計算花朵的單位詞	một đóa hồng（一朵玫瑰）
đoạn	段	計算長條物分成若干部分的單位詞	một đoạn văn（一段文章）
gióng	節	計算植物分段、分節的單位詞	một gióng mía（一節甘蔗）
giọt	滴	計算水滴的單位詞	một giọt lệ（一滴淚）
hạt	粒	計算顆粒狀物品的單位詞	một hạt gạo（一粒米）
hòn	塊	計算土地、石頭的單位詞	một hòn đá（一塊石頭）
lớp	班、層	計算班級、層級的單位詞	một lớp bụi（一層灰塵）
lỗ	孔	計算孔洞的單位詞	một lỗ hổng（一孔空洞）
mâm	桌	計算餐點、宴席的單位詞	một mâm cỗ（一桌菜）
mẩu	段、塊	計算物品其中一段短條形的單位詞	một mẩu phấn（一塊粉筆）

第八單元

越語	中文	用法	例如
miếng	塊、口	計算物品其中一部分的單位詞	một miếng thịt（一塊肉）
món	道	計算菜餚的單位詞	một món ăn（一道菜）
ngôi	座、間	計算建築物的單位詞	một ngôi chùa（一座廟）
phát	發	計算槍、炮、子彈等數量的單位詞	một phát súng（一發槍彈）
phần	份	計算定量事物的單位詞	một phần quà（一份禮物）
quả	粒、顆	計算果實、球形類物品的單位詞	một quả cam（一顆柳橙）
quyển	卷、本	計算書冊的單位詞	một quyển sách（一本書）
suất	份	計算定量事物的單位詞	một suất cơm（一份飯）
tảng	塊	計算塊狀或片狀物品的單位詞	một tảng băng（一塊冰）
tàu	扇	計算大片葉子的單位詞	một tàu lá（一扇葉子）
tấm	幅、張	計算厚的紙張、木板的單位詞	một tấm vé（一張票）
tầng	層	計算重疊、累積物的單位詞	một tầng đất（一層土）
tập	集	計算叢書或影劇單位詞	một tập phim（一集電影）
tiếng	聲	計算發出聲音的單位詞	một tiếng sét（一聲雷）
tòa	棟	計算建築物的單位詞	một tòa nhà（一棟房子）
toa	節	計算火車車廂的單位詞	một toa tàu（一節車廂）
tờ	張	計算薄的紙張的單位詞	một tờ giấy（一張紙）

越語	中文	用法	例如
trái	粒、顆	越南南部用語，計算果實、球形類物品的單位詞	một trái sầu riêng（一顆榴槤）
vệt	道	計算光、水在地面上留下痕跡的單位詞	một vệt sáng（一道光）
vết	道	計算在地面上或其他物品上留下痕跡的單位詞	một vết bẩn（一道痕跡）
vở	齣	計算戲曲劇目的單位詞	một vở kịch（一齣戲）
vũng	灘	計算擴散成一片的糊狀物或液體的單位詞	một vũng nước（一灘水）

（四）指集體、群組的單位詞

當人、事、物成群結隊時可以用下列單位名詞。

越語指集體、群組的單位詞

越語	中文	用法	例如
bó	束、把	計算花、菜的單位詞	một bó hoa（一束花）
bộ	套	計算衣物、書、電影、連續劇的單位詞	một bộ sách（一套書）
chồng	落	計算成堆、成疊物品的單位詞	một chồng sách（一落書）
chùm	串	計算成串物品或水果的單位詞	một chùm nho（一串葡萄）

越語	中文	用法	例如
đám	團	計算群聚活動的人或物的單位詞	một đám mây（一團雲）
đàn	群	計算群聚的人或物的單位詞	một đàn chim（一群鳥）
đôi	雙、對	計算成雙成對的物或人的單位詞	một đôi tay（一雙手）
đống	堆	計算堆積物、被藐視的人成群結隊的單位詞	một đống cát（一堆砂）
hộ	戶	計算住家數量的單位詞	một hộ gia đình（一戶家庭）
mớ	把、堆	計算一堆蔬菜、水果的單位詞	một mớ rau（一把菜）
nắm	把、團	計算圓形塊狀物或一手能抓住的量的單位詞	một nắm gạo（一把米）
nhóm	組	計算群組一起活動的人的單位詞	một nhóm học sinh（一組學生）
tập / tệp	疊	計算成堆或成疊紙張的單位詞	một tập giấy（一疊紙張）
xâu	串	計算成串物品的單位詞	một xâu thịt（一串肉）

（五）指抽象事物的單位詞

　　越語的抽象名詞有許多來自動詞或形容詞的詞彙。當我們希望動詞或形容詞有名詞的功能的時候，動詞或形容詞的字形不會變化，而是在動詞或形容詞的前面加「單位詞」。常見的單位詞如下：

越語指抽象事物的單位詞

越語	中文	用法	例如
buổi	次、天	計算上班、上課天數的單位詞	một buổi làm（一個工作天）
cấp	級	計算事物分級的單位詞	một cấp quản lí（一級管理）
câu	句	計算言語的單位詞	một câu nói（一句話）
cơn	陣	計算人情緒、生理反應、自然活動的單位詞	một cơn buồn ngủ（一陣睡意） một cơn gió（一陣風）
cuộc	場	將話語動詞變名詞的單位詞。	một cuộc nói chuyện（一場談話）
chuyến	趟、列	計算路途或班車的單位詞	một chuyến du lịch（一趟旅遊）
điều	條	計算法律條文項目、話語的單位詞	một điều ước（一個夢想）
lần	次	計算動作回數的單位詞	một lần chơi（一次遊玩）
lời	番	計算話語的單位詞	một lời nói（一番話）
màn	幕	計算舞台劇布幕起落次數的單位	một màn biểu diễn（一幕表演）
môn	門	計算科學、技藝總類的單位詞	một môn học（一門課）
nền	背景	計算國家社會各個領域的單位詞	một nền kinh tế（一場經濟）
niềm	件	將正面情緒、狀態形容詞變成名詞的單位詞	một niềm vui（一件開心事）

越語	中文	用法	例如
nỗi	件	將負面情緒、狀態形容詞變成名詞的單位詞	một nỗi đau（一件難過的事）
quãng	段	計算路途、不可數時間的單位詞	một quãng thời gian（一段時間）
sự	事	將動詞或形容詞變成名詞的單位詞	một sự giúp đỡ（一個幫助）
trận	場、陣	計算打鬥活動、自然活動的單位詞	một trận đánh（一陣打鬥）
việc	事	將動詞變成名詞的單位詞	một việc học（一件學習的事情）

　　以上所有的單位詞都可以放在數詞的後面、名詞的前面，來計算名詞的數量、將名詞歸類或代替其名詞以免重複。除此之外還可以直接使用容器的名稱來計量容器所盛的物品。當「單位詞」前面未出現「數詞」，它代表單一數量，如果要表示全體，則不需要加「單位詞」。

小叮嚀

容易混淆的單位詞：「 rưỡi 」（半）、「 nửa 」（半）

1.「 rưỡi 」（半）

　　「 rưỡi 」有「半」的意思，但它的前面一定要帶著一個數字及單位詞，也就是「某個單位詞」的一半。通常用於口語，以及用來表示可以分開的事物。例如：

▸ Bây giờ là 7 rưỡi. = Bây giờ là 7 giờ 30 phút.

現在是7點半。＝現在是7點30分。

▸ Tôi làm việc ở Đài Loan hai năm rưỡi. 我在台灣工作兩年半。

2. 「nửa」（半）

　　「nửa」也有「半」的意思，但它本身就是一個單位詞兼數詞，所以句子中不必再加任何單位詞，它的意思就是它所修飾那個名詞的1/2（0.5）。例如：

▸ Tôi làm việc ở Việt Nam nửa năm. = Tôi làm việc ở Việt Nam sáu tháng.

我在越南工作半年。＝我在越南工作6個月。

三、練習

請選出正確的答案。

1. Anh đi mua _____ hoa quả.

    (A) cân   (B) quả

    (C) trái   (D) cây

2. Em như _____ gió mùa thu tới làm dịu mát lòng anh.

    (A) cái   (B) cơn

    (C) cuộc   (D) chiếc

3. Ngày mai, hiệu trưởng sẽ có một _____ nói chuyện với các sinh viên mới.

    (A) cuộc   (B) câu

    (C) lời   (D) trận

4. _____ hát này đã đưa cô ấy lên tầm nữ hoàng nhạc trữ tình.

    (A) vở   (B) câu

    (C) bài   (D) cuộc

5. Mỗi đất nước có một _____ văn hóa khác nhau mang đặc trưng dân tộc riêng biệt.

    (A) cuộc   (B) trận

    (C) nền   (D) cái

第九單元
疑問詞與疑問句

Tiếng Việt có khó không?
越語難不難？

一、什麼是疑問詞與疑問句？

疑問詞用於疑問句，用來提出問題。一般疑問句都帶有疑問詞，並以問號結尾。疑問句又可分成「是否問句」或「直接問句」。疑問詞則可分為「是否疑問詞」、「直接疑問詞」、「選擇疑問詞」。

二、疑問詞的分類

（一）是否疑問詞

句子中有「是否疑問詞」的疑問句，回答時可依照自己的實況選擇「是」與「否」。

1.「à?」（嗎？）

用於「是否問句」，使用時都放句尾。回答時以自己狀況選擇「肯定」或「否定」句子。例如：

▶ Q: Anh học tiếng Việt à? 你學越南語嗎？

否定A: Không, tôi không học tiếng Việt. 不，我不學越南語。 或者

肯定A: Vâng, tôi học tiếng Việt. 是，我學越南語。

2.「phải không?」（是嗎？）

用於「是否問句」，使用時都放句尾。回答時以自己狀況選擇「肯定」或「否定」句子。例如：

▶ Q: Anh ăn cơm phải không? 你吃飯，是嗎？

否定A: Không, tôi không ăn cơm, tôi ăn phở. 不，我不吃飯，我吃河粉。

或者

肯定A: Vâng, tôi ăn cơm. 是，我吃飯。

3. 「có... không?」（有……沒有？）

　　用於「是否問句」，「có... không」的中間可以放動詞、名詞或形容詞，「có」在動詞或形容詞前有時候可以省略。回答時以自己狀況選擇「肯定」或「否定」句子。例如：

▶ Q: Anh có ăn cơm không?　你吃不吃飯？

　　否定A: Không, tôi không ăn cơm.　不，我不吃飯。　或者

　　肯定A: Có, tôi có ăn cơm.　有，我有吃飯。

4. 「đã... chưa?」（已經……了嗎？）

　　用於「是否問句」，問的事情或問題屬於「過去完成式」，「đã」有時候可以省略。回答時以自己狀況選擇「肯定」或「否定」句子。例如：

▶ Q: Anh đã ăn cơm chưa?　你吃飯了嗎？

　　否定A: Chưa, tôi chưa ăn cơm.　還沒，我還沒吃飯。　或者

　　肯定A: Rồi, tôi ăn cơm rồi.　吃了，我吃飯了。

（二）直接疑問詞

　　句子中有「直接疑問詞」的疑問句，回答時按疑問詞的詞性與意思，再選擇符合的詞性來回答。

1. 「ai?」（誰？）

　　可以用於疑問句中的主格或受格，回答時必須用「人」的名詞。例如：

▶ Q: Anh là ai?　你是誰？

　　A: Tôi là giáo viên tiếng Việt.　我是越南語老師。

▶ Q: Ai sẽ làm việc này?　誰要做這件事？

　　A: Tôi.　我。

2. 「gì?」（什麼？）

可以用於疑問句中的主格或受格，回答時必須用「事、物」的名詞。例如：

▶ Q: Anh tên là gì? 你名字是什麼？

　 A: Tôi tên là Minh. 我名字是明。

▶ Q: Anh muốn mua gì? 你要買什麼？

　 A: Tôi muốn mua một đôi giày. 我要買一雙鞋子。

3. 「bao giờ? / khi nào? / lúc nào?」（何時？）

用於詢問某一個事情發生的時間點的疑問詞，放在句首時通常表示要問的事情尚未發生；而放在句尾時通常表示要問的事情已經發生過了。「bao giờ?」及「khi nào?」是一樣的意思，但「lúc nào?」用於比較狹小、短時間內發生的事情。回答時必須使用「時間」的名詞。例如：

▶ Q: Anh đến bao giờ? 你什麼時候到？

　 A: Tôi vừa mới đến. 我剛到。

▶ Q: Bao giờ cậu đi? 你什麼時候去？

　 A: Chiều Chủ Nhật tới. 這星期天下午。

▶ Q: Anh đến lúc nào? 你什麼時候到？（人已到場，但時間已經超過5點）

　 A: Tôi đến lúc 5 giờ. 我5點已到。

▶ Q: Lúc nào anh đến? 你什麼時候到？（人還沒到場，且時間還沒5點）

　 A: 5 giờ tôi sẽ đến. 我5點會到。

4. 「đâu?」（哪裡？）

用來詢問地點，通常使用於「來去動詞」的後面，回答時可以使用「地點」的名詞或一個動詞。例如：

▶ Q: Anh đi đâu?　你去哪裡？

A: Tôi đi Việt Nam.　我去越南。　或者

A: Tôi đi học tiếng Việt.　我去學越南語。

5.「ở đâu?」（在哪裡？）

用來詢問地點，通常使用於「一般動詞」的後面，表示動作發生的所在。例如：

▶ Q: Anh học tiếng Việt ở đâu?　你在哪裡學越南語？

A: Tôi học tiếng Việt ở Đài Loan.　我在台灣學越南語。

6.「tại sao? / vì sao? / sao?」（為什麼？）

用來詢問理由或原因，通常放在句首，回答時使用「tại / vì / tại vì / bởi vì ＋句子」。例如：

▶ Q: Tại sao anh học tiếng Việt?　你為什麼學越南語？

A: Tại vì tôi thích tiếng Việt.　因為我喜歡越南語。

7.「bao nhiêu?」（多少？）

常用來詢問大於10或不確定的數字（可以是數量，也可以是號碼）。回答時使用數字回答即可。當「bao nhiêu」放在名詞的前面，代表詢問數量。例如：

▶ Q: Anh bao nhiêu tuổi?　你幾歲？

A: Tôi 22 tuổi.　我22歲。

當「bao nhiêu」放在名詞的後面，代表詢問號碼或代碼。例如：

▶ Q: Anh sinh năm bao nhiêu?　你哪年出生？

A: Tôi sinh năm 1993.　我1993年出生。

8.「mấy?」（幾？）

用來詢問小於10的數字（可以是數量，也可以是號碼）。回答時使用數字回答即可。當「mấy」放在名詞的前面，代表詢問數量。例如：

▶ Q: Anh có mấy cái bút?　你有幾支筆？

A: Tôi có 3 cái bút.　我有3支筆。

當「mấy」放在名詞的後面代表詢問號碼或代碼。例如：

▶ Q: Xin hỏi, văn phòng ở tầng mấy?　請問，辦公室在幾樓？

A: Tầng 3.　3樓。

9.「bao xa?」（多遠？）

用來詢問距離。通常放在句尾。回答時使用距離的測量單位。例如：

▶ Q: Việt Nam cách Đài Loan bao xa?　越南離台灣多遠？

A: Việt Nam cách Đài Loan 2000 km.　越南離台灣2000公里。　或者

　　Việt Nam cách Đài Loan 3 giờ máy bay.

　　越南離台灣3個小時的飛航時間。

10.「bao lâu?」（多久？）

用來詢問時段。通常放在句尾。回答時使用時間的測量單位。例如：

▶ Q: Anh học tiếng Việt bao lâu?　你學越南語多久？

A: Tôi học tiếng Việt 5 tháng.　我學越南語5個月。

```
2017/9                    2018/1                    2018/8
開始                       現在                       結束
```

從開始到結束：用bao lâu

從開始到現在：用bao lâu rồi

從現在到結束：用bao lâu nữa

a. 「bao lâu rồi?」（已經多久了？）

　　用來詢問「從事情開始發生到現在」的時間。回答時要使用已完成的時間測量單位。例如：

▶ Q: Bạn đến Đài Loan bao lâu rồi?　你來台灣多久了？

　 A: Tôi đến Đài Loan 5 tháng rồi.　我來台灣5個月了。

b. 「bao lâu nữa?」（還有多久？）

　　用來詢問「從現在到結束還要多久時間」。回答時使用表示還有多久的時間測量單位。

▶ Q: Bạn ở Việt Nam bao lâu nữa?　你還要在越南多久？

　 A: Tôi ở Việt Nam 7 tháng nữa.　我還要在越南7個月。

11.「thế nào?」（如何、怎麼樣？）

　　用來詢問主格的性質、狀態。回答時使用一個形容詞或句子描寫主語的狀況。例如：

▶ Q: Tiếng Việt thế nào?　越南語如何？

　 A: Tiếng Việt rất khó.　越南語很難。

12.「làm sao? / sao?」（怎麼了？）

用來詢問主格的狀態、突發狀況，回答時使用一個形容詞或句子描寫主語的狀況。例如：

▶ Q: **Anh** làm sao？你怎麼了？

A: **Tôi** hơi mệt. 我有點累。

 小叮嚀 **1**

以上的直接疑問詞如果出現在非疑問句中，其成為未定代詞，來代替說話者所表達的某個人、事、時、地、物。在疑問詞後面通常會加一個詞「đó」（那個）。例如：

▶ Ai đó **muốn tìm anh.** 某人要找你。

▶ **Tôi muốn mua** cái gì đó **để tặng mẹ tôi.** 我想買某個東西來送我媽。

▶ Bao giờ **gặp anh tôi sẽ nói cho anh nghe.** 什麼時候遇見你我再跟你說。

▶ **Tôi muốn đi** đâu đó **cho khuây khỏa.** 我想去哪裡讓自己放鬆一下。

小叮嚀 **2**

如果這些疑問詞出現在非疑問句中，而且後面有「cũng」（也）或前面有「không」（不）並用，其意思為強調全部都是或都不是。詳細的內容請看強調副詞的單元。例如：

▶ Ai cũng **đẹp.** 誰都漂亮。

▶ Cái gì **tôi** cũng **ăn.** 什麼我都吃。

▶ Không đâu **bằng nhà mình.**

哪裡都不如自己的家。（金窩銀窩都不如自己的狗窩。）

（三）選擇疑問詞

句子中有「選擇疑問詞」的疑問句，回答時可選擇問題中所提的詞語，或視自己的狀況回答。

1. 「nào?」（哪一個？）

使用時放在名詞的後面，讓聽話者做選擇，可用於主格及受格。回答時選用所提出的名詞其中一個。例如：

▶ Q: Tiếng Việt và tiếng Anh, tiếng nào khó hơn?

越南語和英語，哪一個比較難？

A: Tiếng Anh khó hơn. 英語比較難。

2. 「hay là / hay?」（還是？）

用在兩個一樣的詞性之間，讓聽話者做選擇。回答時選用問句中所提出的名詞其中一個。例如：

▶ Q: Anh ăn cơm hay ăn phở? 你吃飯還是河粉？

A: Tôi ăn phở. 我吃河粉。

三、練習

請選出正確的答案。

1. Chị đi _____ vậy?

   (A) ai   (B) nào

   (C) đâu   (D) bao nhiêu

2. Cái áo khoác này là của _____ vậy?

   (A) ai   (B) cái gì

   (C) bao giờ   (D) bao nhiêu

3. Một bát phở _____ tiền?

   (A) mấy   (B) hay

   (C) gì   (D) bao nhiêu

4. Anh học tiếng Việt _____ rồi?

   (A) bao nhiêu   (B) bao lâu

   (C) ai   (D) nào

5. Anh thấy cô ấy _____?

   (A) thế nào   (B) ai

   (C) gì   (D) đâu

第十單元
副詞

Tiếng Việt không hề khó.
越語一點也不難。

一、什麼是副詞？

　　副詞是用在「動詞」、「形容詞」或「主謂詞組」的前面或後面，藉以表示程度、時間、範圍、語氣、否定、頻率、情態等的詞。副詞沒有實詞的詞彙意義，但是它有語法的意義。副詞不能當句中的主要成分（主語或謂語），它只是句中的附屬詞語、用來修飾其他詞類的成分。

二、副詞的分類

（一）時間副詞

　　時間副詞通常放在動詞或形容詞的前面，表示動詞或形容詞的時態。有時候時間副詞也可以放在時間名詞的前面。

1.「cứ」（一直、就……吧）

　　放在動詞、形容詞的前面，表示事情持續演變無受到外在的影響。例如：

▸ Biết rồi, cứ nói nhiều làm gì?　知道了，一直說那麼多幹嘛？

▸ Có chuyện gì thì cứ nói thẳng ra.　有什麼事就直說吧。

2.「chưa」（沒）

　　放在動詞、形容詞或時間名詞的前面，如果放在問句句尾，則成為疑問詞「了沒」。例如：

▸ Tôi chưa làm gì cả.　我什麼都沒做。

▸ Anh đã biết chuyện gì xảy ra chưa?　你知道什麼事發生了沒？

3. 「đã」（已經、先）

　　放在動詞、形容詞或時間名詞的前面。常用於書寫，如果放在動詞的後面則表示先做完前面的動作再做後續的動作。例如：

▶ Tôi đã tốt nghiệp đại học cách đây hai năm. 我已經大學畢業兩年了。
▶ Tôi ăn cơm đã. 我先吃飯啦。

4. 「đã... rồi」（已經……了）

　　分別放在動詞、形容詞或時間名詞的前面和後面。如果「đã rồi」一起放在兩個動詞之間，表示兩個動詞的前後順序，先做完前面的動作再來做後面的事情。例如：

▶ Trời đã tối rồi. 天已經黑了。
▶ Tôi ăn cơm đã rồi nói chuyện. 我先吃飯完再聊。

5. 「đang」（正在）

　　放在動詞、形容詞或時間名詞的前面。例如：

▶ Chúng tôi đang bàn về dự án mới. 我們正在討論新的計畫。

6. 「mới」（才）

　　放在動詞、形容詞或時間名詞的前面。例如：

▶ Ngày mai lôi mới bay. 明天我才飛。
▶ Thế này mới đẹp. 這樣才漂亮。
▶ Bây giờ mới ba giờ sáng. 現在才早上3點。

7. 「sắp」（快要、準備）

　　放在動詞、形容詞或時間名詞的前面。例如：

▶ Tôi sắp đi Việt Nam. 我快要去越南。

8. 「sắp... rồi」（快要……了）

　　分別放在動詞、形容詞或時間名詞的前面和後面。例如：

▶ Trời sắp mưa rồi. 天快下雨了。

9. 「sẽ」（將要、會）

　　放在動詞、形容詞或時間名詞的前面。例如：

▶ Ngày mai anh ấy sẽ đến. 明天他會到。

10. 「từng」（曾）

　　放在動詞、形容詞或時間名詞的前面。例如：

▶ Tôi từng làm việc cho một công ty liên doanh với Đài Loan.
　　我曾經在一個與台灣聯營的公司上班。

11. 「vẫn chưa」（還沒、仍不）

　　放在動詞、形容詞或時間名詞的前面。例如：

▶ Mấy giờ rồi mà vẫn chưa dậy? 幾點了還不起床？

12. 「vẫn」（還、仍）

　　放在動詞、形容詞或其他副詞的前面。例如：

▶ Mấy giờ rồi mà vẫn ngủ? 幾點了還睡？

13.「vừa mới」（剛才、才剛）

放在動詞、形容詞或時間名詞的前面。例如：

▶ Tôi vừa mới gặp cô ấy vào hôm qua. 我昨天才剛遇到她。

14.「vừa」（剛）

放在動詞、形容詞或時間名詞的前面。例如：

▶ Tôi vừa ăn xong. 我剛吃完。

15.「liền」（馬上）

越南南部用語，放在動詞的後面，表示事情即將發生。例如：

▶ Tới liền. 馬上到。

16.「luôn」（馬上、順便）

　　放在動詞的前面是頻率副詞，表示事情總是一樣地發生；放在動詞的後面則是時間副詞，表示事情即將發生或持續、順便進行。例如：

▶ Ăn cơm xong rồi đi học luôn. 吃完飯就馬上去上課。

17.「ngay」（馬上）

放在動詞的後面，表示事情即將發生。例如：

▶ Những việc cần làm ngay. 要馬上辦的事情。

（二）否定副詞

　　否定副詞通常放在動詞或形容詞的前面，表示動詞或形容詞的否定狀態。

1. 「chả」（不）

放在動詞、形容詞的前面。常用於口語。例如：

▶ Nhìn chả đẹp. 看起來不漂亮。

2. 「chẳng」（不）

放在動詞、形容詞的前面。常用於口語。例如：

▶ Tôi chẳng biết nói gì nữa. 我不知道再說什麼。

3. 「chưa bao giờ」（從不）

否定、頻率副詞，放在動詞、形容詞的前面。例如：

▶ Tôi chưa bao giờ đi Mỹ. 我從未去過美國。

4. 「không bao giờ」（永不）

否定、頻率副詞，放在動詞、形容詞的前面。例如：

▶ Tôi sẽ không bao giờ tha thứ cho cô ấy. 我永遠都不會原諒她。

5. 「không hề」（一點也不、完全不、都沒有）

否定、程度副詞，放在動詞、形容詞的前面。例如：

▶ Tôi không hề nói cho ai biết, tại sao anh biết?
我都沒有跟誰說，你怎麼知道？

6. 「không」（不）

否定、程度副詞，放在動詞、形容詞的前面。例如：

▶ Tôi không thích người giả dối. 我不喜歡假惺惺的人。

（三）程度副詞

　　程度副詞通常放在形容詞的前面，用來修飾形容詞的強弱程度。有些副詞可以放在形容詞的後面，這時除了有副詞的作用，還可以被視為一個感嘆詞。

1.「hơi」（有點）

　　放在情態動詞、形容詞的前面。例如：

▶ **Câu này** hơi **phức tạp, có thể giản lược bớt một số từ.**
　　這句有點複雜，可以去掉一些詞。

2.「không hề」（一點也不）

　　否定、程度副詞，放在動詞、形容詞的前面。例如：

▶ **Vấn đề này** không hề **khó.** 這問題一點也不難。

3.「khá」（相當）

　　放在情態動詞、形容詞的前面。例如：

▶ **Cậu ấy làm việc** khá **chăm chỉ.** 她工作相當地認真。

4.「không」（不）

　　否定、程度副詞，放在動詞、形容詞的前面。例如：

▶ **Tôi** không **biết.** 我不知道。
▶ **Tiếng Việt** không **khó cũng** không **dễ.** 越南語不難也不簡單。

5.「lắm」（很～喔！）

　　放在情態動詞、形容詞後面含有語氣詞的作用。例如：

▶ Cái áo này đắt lắm, chị mua không nổi đâu!

這件衣服很貴喔，妳買不起啦！

6. 「quá」（太～了！）

放在情態動詞、形容詞的後面含有語氣詞的作用。例如：

▶ Bộ váy này đẹp quá! 這套洋裝太漂亮了！

7. 「quá」（太、超過）

放在情態動詞、形容詞的前面。例如：

▶ Hôm nay tôi ăn quá no. 今天我吃超飽的。

8. 「rất」（很）

放在情態動詞、形容詞的前面。例如：

▶ Rất vui được làm quen với anh. 很高興可以認識你。

（四）範圍副詞

範圍副詞表示統一或持續性的事情在發生。

1. 「cùng」（跟……一起、同）

可以加在動詞的前面，也可以加在群組名詞的前面。例如：

▶ Chúng tôi cùng học tiếng Việt. 我們一起學越南語。

▶ Tôi làm cùng công ty cô ấy. 我跟她在同一間公司工作。

2. 「cũng」（也）

　　放在動詞、形容詞的前面。例如：

▶　Tôi cũng thích ăn gà rán.　我也喜歡吃炸雞。

3. 「chỉ... thôi」（只……而已）

　　分別放在動詞、形容詞或名詞的前面和後面。例如：

▶　Tôi chỉ còn mấy nghìn thôi.　我只剩幾千元而已。

4. 「chỉ」（只）

　　放在動詞、形容詞或名詞的前面。例如：

▶　Tôi chỉ nói vậy, tin hay không tùy anh.　我只這樣說，信不信由你。

5. 「đều」（都）

　　放在動詞、形容詞的前面。例如：

▶　Mọi người đều rất chăm chú nghe giảng.　大家都很認真地聽講。

6. 「lại」（再、又）

　　放在動詞、形容詞的前面或後面。放在動詞、形容詞的前面時，表示動作、事情重複原本一樣的狀態、內容；放在動詞、形容詞的後面，則表示新的一個相同的動作、狀態。例如：

▶　Ông ấy lại nói rồi.　他又說了。

▶　Xin anh nói lại lần nữa.　請你再說一次。

7. 「nữa」（再）

放在動詞、形容詞或名詞的後面，表示事情將再繼續。例如：

▶ Cứ chạy nữa đi! 再跑啊！

8. 「không... nữa」（不再……了）

放在動詞、形容詞或名詞的前面和後面，表示事情將不再繼續。例如：

▶ Tôi không nói nữa. 我不説了。

（五）頻率副詞

頻率副詞通常加在動詞的前面，表示主語所做的行動或出現狀況的頻率。

1. 「đôi khi」（有時候）

放在動詞的前面，有時候可以放在子句的前面。例如：

▶ Đôi khi tôi thích ở một mình. 有時候我喜歡一個人住。

2. 「hay」（常）

放在動詞的前面。例如：

▶ Tôi hay uống cà phê vào buổi sáng. 我常常早上喝咖啡。

3. 「hiếm khi」（非常少）

放在動詞的前面，有時候可以放在子句的前面。例如：

▶ Hiếm khi thấy anh ấy cười. 非常少看到他笑。

4. 「ít khi」（少）

放在動詞的前面，有時候也可以放在子句的前面。例如：

▶ **Tôi** ít khi **ăn ngoài.** 我很少外食。

5. 「luôn」（總是）

放在動詞的前面。例如：

▶ **Tôi** luôn **đi học đúng giờ.** 我總是準時上課。

6. 「thỉnh thoảng」（偶爾）

放在動詞的前面，有時候可以放在子句的前面。例如：

▶ **Hà Nội mùa hè** thỉnh thoảng **có bão.** 河內夏天偶爾有颱風。

7. 「thường xuyên」（常常、經常）

放在動詞的前面或後面皆可。例如：

▶ **Chúng tôi** thường xuyên **đi biển ăn hải sản.** 我們常去海邊吃海產。

8. 「thường」（常常）

放在動詞的前面。例如：

▶ **Hà Nội mùa đông** thường **có mưa phùn.** 河內冬天常有毛毛雨。

（六）祈使、命令副詞

祈使、命令副詞用於動詞的前面或後面，表示命令、要求別人做什麼事情。

1. 「hãy」（請）

放在動詞、形容詞的前面，用於命令、祈使句。例如：

▶ **Bạn** hãy **nói cho tôi nghe những gì bạn đã thấy.**
請告訴我你所見的事情。

2. 「chớ」（別）

放在動詞的前面，用於命令、祈使句，常用於口語。例如：

▶ Chớ **nhiều lời rồi mang vạ vào thân.** 別多嘴不然會給自己添麻煩。

3. 「đừng」（別）

放在動詞、形容詞的前面，用於命令、祈使句，跟「chớ」有相同的意思。例如：

▶ **Đừng để ai biết hôm nay anh đến gặp tôi.** 別讓人知道你今天來見我。

（七）方向、變化副詞

方向、變化副詞用來表示動作或感情情緒的變化、發展方向。

1. 「bỗng」（突然）

放在動詞、形容詞的前面，表示事情突然地變化。例如：

▶ **Trời** bỗng **tối sầm.** 天突然變黑。

2. 「càng」（越）

放在動詞、形容詞的前面，表示事情增強。例如：

▶ **Gió** càng **lúc** càng **thổi mạnh.** 風吹越來越猛。

3. 「dần」（漸漸）

放在動詞、形容詞的後面，表示事情逐漸地變化。例如：

▶ Mây tan dần, bầu trời trở nên quang đãng hơn.

烏雲漸漸散開，天空變成比較光亮。

4. 「đi」（起來）

放在動詞、形容詞的後面，表示事情消極地變化，變得衰退。例如：

▶ Dạo này trông cô có vẻ gầy đi. 最近妳看起來變瘦了。

5. 「lại」（起來）

放在動詞、形容詞的後面，表示事情消極地變化，變得衰退、不好。例如：

▶ Cho tiếng ti vi nhỏ lại một chút!　把電視的聲音調小一點！

6. 「lên」（起來）

放在動詞、形容詞的後面，表示事情積極、正面地變化，變得更好。例如：

▶ Bật quạt mạnh lên một chút.　把電風扇開強一點。

7. 「mãi」（永遠、一直）

放在動詞、形容詞的前面或後面都不影響其意思，表示事情將持續進行。例如：

▶ Em mãi yêu anh.　我永遠愛你。

▶ Nước đi đi mãi không về cùng non.

水一直往下流，不再回來與山相遇。

8.「ra」（起來）

放在動詞、形容詞的後面，表示事情積極、正面地變化，變得更好。例如：

▶ Chị càng ngày càng đẹp ra.　你越來越漂亮。

（八）數量副詞

數量副詞放在名詞的前面，表示名詞的全體或單一數量。

1.「các」（各）

放在名詞的前面表示複數，指在場的所有人、事、物。例如：

▶ Các sản phẩm này đều là hàng xuất khẩu.　這些產品各個都是出口貨。

2.「những」（些）

放在名詞的前面表示複數，指在場的人、事、物其中一個小群組。例如：

▶ Những người làm xong rồi có thể về trước.　那些做完的人可以先回去。

3.「mọi」（每）

放在名詞的前面，指所有的人、事、物。例如：

▶ Mọi người đều phải chịu trách nhiệm về lời nói của mình.
　每個人都要為自己所說的話負責。

4. 「mỗi」（每）

　　放在名詞的前面，指單一的人、事、物，通常會與數字並用。例如：

▸ Mỗi ngày tôi chọn một niềm vui. 每天我選擇一件開心的事。

5. 「hàng」（每）

　　放在時間名詞的前面，指單一的時段的重複性。例如：

▸ Hàng ngày tôi đều ra khỏi nhà lúc 8 giờ. 每天我都8點出門。

6. 「từng」（每）

　　放在名詞的前面，指單一的人、事、物，按順序、逐一發生。例如：

▸ Từng người lần lượt nhận giải thưởng, chỉ có cô ấy không có.
　每個人都輪流受獎，只有她沒有。

7. 「gần」（將近）

　　放在數詞的前面，表示接近但未達到的數量。例如：

▸ Cô ấy trông có vẻ gần ba mươi tuổi. 她看起來將近三十歲。

8. 「hơn」（超過）

　　放在數詞的前面，表示超越的數量。例如：

▸ Cuốn từ điển này có hơn 1000 trang. 這本辭典超過1000頁。

9. 「khoảng」（大約）

　　放在數詞的前面，表示大約的數量。例如：

▸ Tôi đi bộ khoảng 5km mỗi ngày. 我每天走路大約5公里。

第十單元

10.「tất cả」（全部）

　　放在名詞的前面，表示所有的人、事、物。也可以放在「các」（各個）、「mọi」（每個）、「những」（一些）的前面。例如：

▶ Tất cả mọi người đều đồng ý với ý kiến của tôi.
　　大家全部都同意我的意見。

11.「toàn bộ」（全部）

　　放在事物的前面，表示所有的人、事、物。例如：

▶ Toàn bộ các thành viên trong lớp đều đã làm xong.
　　全班的人都已經做完。

12.「toàn thể」（全體）

　　放在指人的名詞前面，表示所有的人。例如：

▶ Xin cám ơn toàn thể bà con cô bác đã đến chia vui cùng chúng tôi.
　　謝謝各位鄉親父老來與我們分享這個喜悅。

13.「cả」（全、整）

　　放在群組或時間的名詞前面，表示群組中的所有的人、事、物或整個時間內。例如：

▶ Cả nhà thương nhau.　全家相愛。

小叮嚀　「các」（各）與「những」（些）的差別

　　這兩個都屬於數量副詞，加在名詞的前面表示複數。它們的差別在於「các」表示全體，指所有的人、事、物；而「những」則表示全體裡面的小群組，因此在其所修飾的名詞後面常出現解釋語。例如：

▷ Đây là danh mục các sản phẩm của công ty chúng tôi.

這是我們公司各類產品的目錄。

▷ Những sản phẩm đánh dấu xanh là do công ty chúng tôi sản xuất.

這些作藍色記號的產品是由我們公司生產。

▷ Những sản phẩm đánh dấu đỏ là do công ty chúng tôi nhập khẩu và phân phối.

這些作紅色記號的產品是由我們公司進口及銷售。

（九）結果副詞

結果副詞用來表示事情、動作的結果，通常與「rồi」（了）一起使用。

1.「được」（得、到）

能力、結果副詞，放在動詞、形容詞的後面，表示主語所做到的事情或得到好的、自己喜歡的東西。例如：

▷ **Tôi đã làm** được **rồi.** 我已經做到了。

2.「mất」（丟了、掉了）

方向、結果副詞，放在動詞、形容詞的後面，表示事情發展朝負面的結果。例如：

▷ **Nó đi** mất **rồi.** 她走掉了。

3.「xong」（完）

表示時間、結果的副詞，通常放在動詞的後面強調前面的動作，可以放在動詞與受詞之間或放在受詞後面。例如：

▷ **Tôi ăn cơm** xong **rồi.** 我吃完了。

4. 「hết」（完了、沒了）

放在動詞的後面、形容詞或時間名詞的前面，強調後面的東西、事情要結束了。例如：

▶ Tôi ăn hết cơm rồi. 我把飯吃完了。

5. 「nốt」（完）

放在動詞的後面，強調事情或東西快完成，只差那麼一步而已。例如：

▶ Con ăn nốt cơm rồi rửa bát đi nhé. 你把飯吃完再洗碗喔。

6. 「thấy」（到、見）

放在感官動詞的後面，表示主語所感受到的事情。例如：

▶ Anh có nghe thấy gió nói gì không? 你有聽見風說什麼嗎？

7. 「ra」（出）

放在感官動詞的後面，表示主語所感受到的事情。例如：

▶ Nhìn mãi mới nhận ra bạn. 看了好久才認出你呢。

8. 「phải」（到）

放在動詞的後面，表示主語所得到不好、負面的東西。例如：

▶ Cô ấy thật bất hạnh, lấy phải ông chồng suốt ngày rượu chè bê tha.
她真不幸，嫁到一個整天酗酒的老公。

（十）強調副詞

強調副詞放在動詞或形容詞的前面或後面，來強調動作或狀態。

1. 「cứ」（一直）

放在動詞或形容詞的前面，表示事情的發生無論外在有無任何變動，還是不斷持續。例如：

▶ **Em** cứ **nói nữa là anh đi luôn đấy!** 你再一直說我就走囉！

2. 「mải」（一直）

放在動詞或形容詞的前面，表示人的行動、狀態忘了自我及外在。例如：

▶ **Chết thật,** mải **nói chuyện quên cả đi đón con.**
糟糕，一直聊天忘記去接小孩。

3. 「mãi」（很久、直到）

放在動詞或形容詞的後面，表示事情持續演變。例如：

▶ **Chờ** mãi **chả thấy chị ra nên em về trước.**
等好久沒看到妳出來，所以我就先走。

4. 「luôn」（總是）

放在動詞或形容詞的前面，表示事情永遠不變地發生。例如：

▶ **Chúng tôi** luôn **đặt yêu cầu của khách hàng lên đầu.**
我們總是把客戶的要求放最前面。

5. 「thậm chí」（甚至）

放在句子或動詞前面。例如：

▶ **Anh ấy** thậm chí **không kịp ăn cơm đã đi luôn.**
他甚至來不及吃飯就走了。

6. 「疑問詞＋cũng」（全部……都）

強調所有的人、事、物都有一樣的結果。例如：

▶ **Cái** gì **tôi** cũng **ăn.** 我什麼都吃。

7. 「không＋疑問詞＋cả」（全部……都不）

強調所有的人、事、物都有一樣的否定狀態。例如：

▶ **Cả ngày hôm nay tôi** không **ăn** gì cả. 今天整天我都沒吃東西。

8. 「動詞／句子＋đâu」（哪有＋動詞／句子）

強調動詞、句子的否定性。例如：

▶ **Tôi có nói gì** đâu. 我哪有說什麼。

9. 「chỉ」（只）

強調單一事件。例如：

▶ **Anh** chỉ **yêu mình em.** 我只愛妳一個人。

10. 「mới」（才）

強調時間的早晚。例如：

▶ **Bây giờ** mới **đi thì sao kịp.** 現在才去怎麼來得及。

11.「có... mỗi」（只有……一）

強調單一的人、事、物。例如：

▶ Có mỗi việc ăn với học mà cũng không xong.

整天只有吃飯和讀書，這樣也會做不成。

12.「vừa... đã」（才剛……已經）

強調時間才剛發生就有結果。例如：

▶ Vừa ăn một bát phở to như thế mà đã đói rồi.

才剛吃完一碗那麼大的河粉就餓了。

小叮嚀　副詞的位置

　　副詞是修飾動詞、形容詞、副詞或名詞的詞語。原則上，它的位置會放在它所修飾詞語的前面或後面。如果同時出現很多副詞，其位置會按副詞的重要性排放，最重要的離它所修飾的詞語最近。如果都一樣重要，通常的排放順序是範圍副詞、時間副詞、程度副詞、頻率副詞、否定副詞。例如：

▶ Bố mẹ tôi đều đang rất không vui vì trước đây anh trai tôi cũng đã thường đi chơi như vậy.

我爸媽現在都很不開心，因為我哥哥以前也常常這樣玩。

第十單元

三、練習

請選出正確的答案。

1. Tôi tiêu _____ tiền rồi.

   (A) sắp   (B) hết

   (C) không   (D) hơi

2. Nó rất _____ đi chơi đêm.

   (A) chưa   (B) những

   (C) thường xuyên   (D) không bao giờ

3. Tôi thấy bản báo cáo này _____ đầy đủ, cần bổ sung thêm.

   (A) rất   (B) hết

   (C) vẫn chưa   (D) thỉnh thoảng

4. Cô ấy càng ngày càng đẹp _____.

   (A) đi   (B) lại

   (C) ra   (D) vào

5. Nó _____ do dự không biết lựa chọn cái nào.

   (A) không đang   (B) đang rất

   (C) rất đang   (D) đang từng

第十一單元
連詞、介詞

Tôi học tiếng Việt qua mạng.
我透過網路學越語。

一、連詞與其分類

（一）什麼是連詞？

連詞是連接詞組或子句等的詞語，用來表示某種邏輯關係的詞。連詞只有語法的意思，沒有實詞之意義。連詞不能當句中的主要成分（主語或謂語）。連詞可以是單一的連詞，也可以是相關的連詞。連詞可以連接子句之間，也可以把短語中的詞類連接在一起。在學習連詞時，一方面要注意連詞連接的對象，一方面要注意連詞所表示的關係。連詞只有連接作用，沒有修飾作用。

（二）單一連詞

單一連詞是用來連接兩個同樣詞性的詞語或兩個子句，使它們成為一個複合的詞組或複合句。單一連接詞可以用在「對等關係」或「從屬關係」的詞組或句子。

1. 連接同樣詞類的連詞

（1）「của」（的）：用來連接兩個名詞，或連接名詞與代詞，相連接的兩個詞性之間，有「所有權」的關係。例如：

▸ quyển sách của cô giáo　老師的書

▸ mẹ của tôi　我的媽媽

當「名詞與名詞」或「名詞與代詞」之間有親密的關係，或所有名詞是包含、屬於被所有名詞的一部分時，「của」可以不用出現。例如：

▸ mẹ tôi　我媽媽

▸ Anh ấy là giám đốc công ty tôi. 他是我公司的經理。

（2）「cùng」（跟、以及、和）：在句子中間，用來連接兩個相同詞性，表示互相、聯合的關係。

▸ Gió rét cùng mưa phùn làm cho không ai muốn ra đường.
冷風跟細雨讓人都不想出門。

（3）「hay / hay là」（還是）：多用於問句，連接相同的詞類，用來表達「選擇」。例如：

▸ Anh ăn cơm hay ăn phở? 你吃飯還是吃河粉？

（4）「hoặc / hoặc là」（或是）：只用於敘述句，連接相同的詞類，用來說明兩者皆可。例如：

▸ Cơm hoặc phở đều được. 飯或河粉都可以。

（5）「mà」（而、但是）：放在動詞、形容詞或子句之間，表示兩者之間的矛盾或相反的關係。例如：

▸ Cái máy tính này cũ mà còn rất tốt. 這台電腦舊但是還很好用。

（6）「nhưng」（但是）：放在動詞、形容詞或子句之間，表示兩者之間的矛盾或相反的關係。例如：

▸ Phở bò ngon nhưng đắt. 牛肉河粉好吃但是貴。

（7）「rồi」（然後）：放在句子中間，用來連接兩個動詞，表示動作的先後順序，也就是前面的動作完成後再做後面的動作。例如：

▸ Anh đi tắm rồi ăn cơm. 你去洗澡然後吃飯。

（8）「và」（和、與、及）：連接兩個同詞類的詞，表示事情同時發生。例如：

▶ Tôi và cô ấy là bạn học thời đại học. 我和她是大學同學。

2. 連接子句和子句之間的連詞

（1）「còn」（還有、而）：放在子句或動詞之間，表示兩者之間的獨立關係。例如：

▶ Anh ấy đi làm còn tôi đi học. 他去上班我去上課。

（2）「cuối cùng」（最後）：放在子句的前面，表示它跟前面所提的句子有前後順序的關係。例如：

▶ Cuối cùng, mọi việc cũng đã giải quyết xong.
最後，所有事情都處理好了。

（3）「đầu tiên」（首先）：放在子句的前面，表示它跟後面所提的句子有前後順序的關係。例如：

▶ Đầu tiên, mời các bạn xem một đoạn phim ngắn giới thiệu về công ty chúng tôi.
首先，請大家觀看一段介紹我們公司的影片。

（4）「để」（讓）：放在子句的前面，表示句中的主語要負責進行的動作。例如：

▶ Để tôi hỏi giám đốc xem sao. 讓我問經理看看。

（5）「để」（為了、以便）：放在子句的前面，表示句中動詞的目的。例
　　如：

▶ Để hiểu rõ vấn đề này, chúng tôi cần hỏi chị mấy câu hỏi.
　為了要了解這個問題，我需要問你幾句話。

（6）「dưới đây」（以下）：放在子句或短文的前面或後面，表示以下所要
　　羅列的條文。例如：

▶ Dưới đây là những câu hỏi mà chúng tôi quan tâm.
　以下是我們所關心的問題。

（7）「hẳn nào」（難怪）：放在子句或句子的前面，而其子句或句子就是
　　主語之前認定之疑惑。例如：

▶ Hẳn nào hôm qua bạn ấy nghỉ học. 難怪他昨天不來上課。

（8）「hèn chi」（難怪）：越南南部用語，放在子句或句子的前面，而其子
　　句或句子就是主語之前認定之疑惑。例如：

▶ Hèn chi nó không tới. 難怪她沒來。

（9）「lẽ nào / chẳng lẽ / không lẽ」（難道）：放在子句或句子的前面，其子
　　句或句子就是主語所疑惑的事情。例如：

▶ Lẽ nào em không biết? 難道你不知道？

（10）「may mà」（幸好）：放在動詞或名詞的前面，用來表示其子句或句
　　　子的內容能發生，是一件很幸運的事。例如：

▶ May mà anh đến kịp. 幸好你來得及到。

（11）「nếu không / kẻo」（不然）：放在子句的前面，表示主詞行使或不行使動作後的結果。例如：

▶ Các em phải chăm chỉ học bài, nếu không sẽ không thể vượt qua kì thi này.

大家要認真學習，不然就不會通過這次考試。

（12）「ngoài ra」（除此之外）：放在子句或句子的前面，表示前面的子句或句子的內容仍需要更多的補充或解釋。例如：

▶ Tôi đã có hai bằng đại học. Ngoài ra tôi còn có chứng chỉ tiếng Anh và vi tính.

我有雙學士學位。除外，我還有英語和電腦的證書。

（13）「nhằm」（為了）：放在動詞的前面，用來表示主詞的目的。例如：

▶ Nhằm giúp mọi người làm quen với công việc mới nhanh hơn, chúng tôi sẽ giới thiệu cụ thể về quy trình làm việc của công ty như sau.

為了讓大家更快熟悉工作，我們將要介紹公司的工作流程如下。

（14）「như sau」（如下）：放在子句或短文的後面，接著是羅列的詞語或句子，表示以下所要羅列的條文。例如：

▶ Nhằm giúp mọi người làm quen với công việc mới nhanh hơn, chúng tôi sẽ giới thiệu cụ thể về quy trình làm việc của công ty như sau.

為了讓大家更快地熟悉工作，我們將要介紹公司的工作流程如下。

（15）「rằng」（曰、道、說）：放在陳述動詞的後面，表示引述別人的想法、話語。例如：

▶ Cô ấy nói rằng cô ấy không thích anh. 她說她不喜歡你。

（16）「sau cùng」（最後）：放在子句的前面，表示前後順序的關係。例如：

▶ Sau cùng xin cám ơn tất cả mọi người. 最後，謝謝大家。

（17）「sau đây」（接著）：放在子句或短文的前面，表示以下所要羅列的條文或接著要做的動作。例如：

▶ Sau đây tôi xin hát một bài. 接下來我要唱一首歌。

（18）「sau đó」（在那之後、後來）：放在子句的前面，表示兩者之間的前後時間關係，前面已出現某個時間。例如：

▶ Sau đó mọi người đều vỗ tay tán thưởng. 後來大家都拍手讚賞。

（19）「sau khi」（之後）：放在子句或動詞的前面，表示兩者之間的前後時間關係。例如：

▶ Sau khi tôi đi khỏi thì anh ấy đến. 我走之後他就來。

（20）「sau này」（以後）：放在子句的前面，表示兩者之間的前後時間關係。例如：

▶ Sau này tôi muốn đi Việt Nam làm việc. 以後我要去越南工作。

（21）「thảo nào」（難怪）：放在子句或句子的前面，而其子句或句子就是主語之前認定之疑惑。例如：

▶ Thảo nào cô ấy không mua quần áo nữa. 難怪她不再買衣服了。

（22）「thành thử」（結果、所以）：放在兩個子句之間，表示後面子句是
前面子句的結果。例如：

▶ Tôi chưa lĩnh lương, thành thử không có tiền trả anh.
我還沒領薪水所以沒錢還你。

（23）「thứ hai」（第二）：放在子句的前面，表示它跟前面所提的句子有
前後順序的關係。例如：

▶ Thứ hai, tôi không thích anh. 第二，我不喜歡你。

（24）「trên đây」（以上）：放在子句或短文的前面，表示以上所羅列的條
文。例如：

▶ Trên đây là tất cả những gì mà tôi biết. 以上是我所知道的事。

（25）「trong khi」（之中、……的時候）：用在動詞或子句的前面，表示
兩者在同一個時間一起發生的關係，或前者作為後者的時間背景。例
如：

▶ Trong khi tôi nấu cơm thì anh ấy quét nhà. 在我煮飯的時候他去掃地。

（26）「trước đây」（之前）：放在子句的前面，表示兩者之間的前後時間
關係。例如：

▶ Trước đây tôi làm việc ở Cao Hùng. 之前我在高雄工作。

（27）「trước đó」（在那之前）：放在子句的前面，表示兩者之間的前後時
間關係，且前面已出現某個時間。例如：

▶ Trước đó tôi học đại học ở Việt Nam. 在那之前我在越南讀大學。

（28）「trước hết」（最先、首先）：放在子句的前面，表示它跟後面所提
　　 的句子有前後順序的關係。例如：

▶ **Trước hết** xin mọi người hay bình tĩnh nghe tôi nói.
首先，請大家冷靜聽我說。

（29）「trước khi」（之前）：放在子句或動詞的前面，表示兩者之間的前
　　 後時間關係。例如：

▶ **Trước khi** tôi nói tin này, xin mọi người hãy bình tĩnh.
在我說這件消息之前，請大家冷靜。

（30）「trước kia」（以前）：放在子句的前面，表示兩者之間的前後時間
　　 關係。例如：

▶ **Trước kia** tôi không thích anh ấy.　以前我不喜歡他。

（31）「trước tiên」（最先）：放在子句的前面，表示前後順序的關係。例
　　 如：

▶ **Trước tiên,** chúng ta phải hết sức cố gắng.　最先，我們都要十分努力。

（32）「vì thế」（因此）：放在子句或句子的前面，表示前面的子句或句子
　　 就是某件事情發生的原因。例如：

▶ **Vì thế** tôi mới cần anh giúp.　因此我才需要你的幫忙。

（33）「vì vậy」（因此）：放在子句或句子的前面，表示前面的子句或句子
　　 就是某件事情發生的原因。例如：

▶ **Vì vậy** tôi sẽ nói cho anh biết.　因此我會告訴你。

（34）「vì」（因為、為了）：放在子句或名詞的前面，表示其為原因。例如：

▷ Vì gia đình, tôi luôn chăm chỉ làm việc.　為了家庭，我一直認真地工作。

（三）相關連詞

　　所謂的「相關連詞」，就是有「從屬關係的連詞」。「相關連詞」用來連接兩個以上的子句，使其成為從屬複合句。複合句的各種關係及例句，會在複合句的單元中詳解。

1.「ai... nấy...」（誰的……就……誰……）

　　可放在動詞的後面，表示兩者之間有關連、隨著對方變化的關係，或是有獨立、不牽涉對方的關係。例如：

▷ Chúng ta đường ai nấy đi.　我們井水不犯河水。

2.「ai... thì... người ấy...」（誰……誰就……）

　　可放在主格或受格，表示兩者之間有關連、隨著對方變化的關係。例如：

▷ Họ muốn bắt ai thì bắt người ấy.　他們想抓誰就抓誰。

3.「bao nhiêu... thì... bấy nhiêu...」（……多少……就多少）

　　可放在主格或受格表示兩者之間有關連、隨著對方變化的關係。例如：

▷ Ăn bao nhiêu thì lấy bấy nhiêu, đừng lãng phí!
　吃多少就拿多少，別浪費！

4. 「cả... lẫn...」（兩者皆是）

　　放在兩個名詞前面表示兩者皆是句中所提及的對象。

▸ **Đừng có tham rồi đến lúc mất cả chì lẫn chài.**
別貪心，不然就會賠了夫人又折兵。

5. 「càng... càng...」（越⋯⋯越⋯⋯）

　　放在動詞與形容詞的前面，表示並列關係。例如：

▸ **Tiếng Việt, càng học càng thú vị.** 越南語，越學越有趣。

6. 「cứ... là...」（只要⋯⋯就會⋯⋯）

　　放在兩個子句的動詞的前面，表示兩者之間的條件與結果的關係。例如：

▸ **Cứ mỗi khi trái gió trở trời là tôi bị đau khớp.**
只要天氣變化我關節就會疼痛。

7. 「đã... lại...」（已⋯⋯卻⋯⋯、已⋯⋯又⋯⋯）

　　放在兩個子句的動詞或形容詞的前面，表示子句或短語之間的增進關係，但有可能正面、也有可能負面。例如：

▸ **Anh ta đã mua nhà lại mua ô tô.** 他已經買房又買車。

8. 「đâu... thì... đấy...」（哪裡⋯⋯就⋯⋯哪裡⋯⋯）

　　放在動詞的後面，表示兩者之間有關連、隨著對方變化的關係。例如：

▸ **Tôi có tiền, có thời gian, nên thích đi đâu thì đi đấy.**
我有錢、有時間，所以我想去哪就去哪。

9. 「để... thì phải...」（為了……就要……）

　　放在兩個子句的動詞的前面，表示兩者之間的目的與結果的關係。例如：

▶ Để có nhiều tiền thì bạn phải làm việc chăm chỉ.
　爲了有很多錢，你就要認真工作。

10. 「gì... thì... nấy...」（什麼……就……什麼……）

　　放在動詞的後面，表示兩者之間有關連、隨著對方變化的關係。例如：

▶ Hôm nay anh mời, nên em thích ăn gì thì gọi nấy.
　今天我請客，你喜歡吃什麼就叫什麼。

11. 「giá mà... sẽ...」（假使……會……）

　　放在兩個子句的前面，表示兩者之間的條件與結果的關係，但這個條件是無法發生的，所以也不會有結果。屬於假設用法。例如：

▶ Giá mà tôi ở Việt Nam lúc này thì tôi sẽ đến thăm cô ấy.
　假使我現在在越南，我會去看她。

12. 「giá như... thì...」（假如……就……）

　　放在兩個子句的前面，表示兩者之間的條件與結果的關係，但這個條件是無法發生的，所以也不會有結果。屬於假設用法。例如：

▶ Giá như hôm đó anh đến kịp thì sự việc đã không như vậy.
　假如那天你來得及到場，事情就不會那樣。

13. 「hễ... thì...」（只要……就會……）

放在兩個子句的動詞的前面，表示兩者之間的條件與結果的關係。例如：

▸ Hễ trời mưa to thì con phố này bị ngập. 只要下大雨，這條街就會淹水。

14. 「không những... mà còn...」（不但……還有……）

放在兩個子句、動詞或形容詞的前面，表示子句或短語之間的增進關係。例如：

▸ Thành phố này không những là quê hương tôi mà còn là nơi tôi gặp tình yêu của mình.
這個城市不但是我的家鄉，還是我所遇見愛的地方。

15. 「mặc dù... nhưng... vẫn...」（儘管……但是……還是……）

放在兩個子句的動詞或形容詞的前面，表示子句或短語之間的轉折關係。例如：

▸ Mặc dù hội đồng quản trị đã hết sức cố gắng nhưng công ty vẫn bị phá sản.
儘管董事會已經盡力，但是公司還是破產了。

16. 「nào... thì... nấy...」（哪個……就……哪個……）

放在名詞的後面，表示兩者之間有關連，隨著對方變化的關係。例如：

▸ Muốn mua cái nào thì thử cái nấy. 想買哪個就試哪個。

17. 「nếu... thì...」（如果……就……）

放在兩個子句的前面，表示兩者之間的條件與結果的關係。例如：

▶ Nếu tôi có tiền thì tôi sẽ mua ô tô. 如果我有錢，我就會買汽車。

18. 「ngoài... ra, ... còn...」（除……外，……還有……）

放在兩個子句之間及後面子句的動詞或形容詞前面，表示子句或短語之間的增進關係。例如：

▶ Ngoài xinh đẹp ra, cô ấy còn rất có tài. 除了漂亮之外，她還很有才華。

19. 「ngoài ra, ... còn...」（除此之外，……還有……）

放在兩個子句之間及後面子句的動詞或形容詞前面，表示子句或短語之間的增進關係。例如：

▶ Chúng tôi là công ty chuyên nhập khẩu hàng nông sản organic. Ngoài ra, chúng tôi còn sản xuất thực phẩm chức năng.
我們是專門進口有機農產的公司。除此之外，我們還生產保健食品。

20. 「tuy... nhưng...」（雖然……但是……）

放在兩個子句或子句的動詞或形容詞的前面，表示子句或短語之間的轉折關係。例如：

▶ Tuy trời mưa to nhưng tôi vẫn đi học. 雖然下大雨，但是我還去上課。

21. 「thà... còn hơn...」（寧願……也不要……）

放在兩個子句的動詞或形容詞的前面，表示子句或短語之間的轉折關係。例如：

▸ Tôi thà nhịn đói còn hơn ăn cơm thiu.

我寧願餓肚子也不要吃壞的飯。

22.「vì... nên...」（因為……所以……）

放在兩個子句的前面，表示兩者之間的原因與結果的關係。例如：

▸ Vì tôi không chăm chỉ nên kết quả thi không tốt.

因為我不認真，所以考試結果不好。

23.「vì thế cho nên」（因此、所以）

放在兩個句子之間，表示兩者之間的原因與結果的關係。例如：

▸ Hôm qua ban quản trị đã họp và phủ quyết dự án này. Vì thế cho nên chúng ta phải lên một kế hoạch khác.

昨天董事會已經否決此計畫案。因此我們需要另外再擬別的計畫。

24.「vừa... vừa...」（一邊……一邊……）

放在兩個以上的動詞前面，表示事情同時發生的並列關係。例如：

▸ Tôi đi du học theo dạng vừa học vừa làm.　我是半工半讀的留學生。

25.「vừa... vừa...」（又……又……）

放在兩個以上的形容詞前面，表示主語同時的性質或狀態。例如：

▸ Người đâu mà vừa xấu vừa hôi.　哪來的人又醜又臭。

二、介詞

　　介詞是用在表達動詞與名詞之間的關係，或放在詞與詞組前面，合起來表示起止、方向、處所、時間、物件、目的等的詞。除了方位詞可以當作空間或時間的介詞之外，還有以下的介詞：

1. 「bằng」（以……來、等於）

　　當「bằng」連接動詞與名詞的時候，名詞是動詞的工具。當「bằng」連接兩個名詞的時候，這兩個名詞就有等同關係或後者是前者的材料。當「bằng」連接形容詞與名詞時，用來表示比較。例如：

▶ **Bức tranh này được vẽ** bằng **bút chì.** 這幅畫是用鉛筆畫的。

▶ **Bộ trang sức** bằng **kim cương nên rất đắt.**
這套珠寶是鑽石做的所以很貴。

▶ **Tôi cao** bằng **anh.** 我跟你一樣高。

2. 「bởi」（由）

　　用於被動式句子，其後面的名詞作為動詞的施行者或原因。例如：

▶ **Chiếc máy tính bị hỏng** bởi **sự va đập mạnh từ bên ngoài.**
這台電腦會損壞是因為外力衝撞。

3. 「cùng」（跟……一起）

　　可以加在動詞的前面，也可以加在群組名詞的前面，當「cùng」連接動詞與名詞時，表示主語與受詞共同做某個動作。例如：

▶ **Tôi làm** cùng **công ty cô ấy.** 我跟她同公司工作。

▶ **Tôi đi học** cùng **bạn tôi.** 我跟我同學一起去上學。

4.「cho」（給、讓）

連接動詞與名詞，用來將後面的名詞作為動詞的間接受詞，也可以直接當動詞。例如：

▶ **Tôi mua sách** cho **bạn tôi.** 我買書給我朋友。

5.「do」（由）

用於被動式句子，其後面的名詞作為動詞的施行者或是事情所發生的原因。例如：

▶ **Cây đa này** do **thái tử Nhật bản tự tay trồng từ năm 1913.**
這棵榕樹由日本太子親手種於1913年。

6.「dưới」（在……下）

可以表示空間的位置，也可以表示在一個權力範圍之下所發生的事情。例如：

▶ **Văn phòng được thành lập** dưới **sự giám sát của ban giám đốc.**
辦公室成立在經理部監督之下。

7.「để」（為了）

連接兩個動詞，後者作為前者的目的。例如：

▶ **Tôi học tiếng Việt** để **đi Việt Nam làm việc.**
我學越南語為了去越南工作。

8. 「đến」（到）

連接動詞與名詞，表示動作的目標（詳細可參閱趨向動詞的部分）。例如：

▶ Mỗi khi gặp chuyện vui, tôi luôn nghĩ đến mẹ tôi.
每當遇到好事情，我總是想到我媽媽。

9. 「lúc」（在……的時候）

放在短時間的名詞或動詞、子句前面，表示兩件事情同時發生或前者作為後者的時間背景。例如：

▶ Tôi về lúc cả nhà đang ăn cơm. 在全家吃飯的時候，我回來了。

10. 「như」（如）

連接動詞與名詞或形容詞與名詞，表示比較。例如：

▶ Mặt trời lúc hoàng hôn đỏ như một quả cầu lửa.
黃昏時的太陽紅如火球般。

11. 「ở」（在）

放在地點名詞的前面，有時候可以當動詞。例如：

▶ Tôi ăn cơm ở quán cơm bình dân. 我在自助餐廳吃飯。

12. 「qua」（透過）

連接動詞與名詞時，名詞是動詞的媒介。例如：

▶ Tôi không biết mua vé máy bay qua mạng. 我不會透過網頁買機票。

13. 「sang」（成）

連接動詞與名詞時，名詞是動詞的轉介材質、地點。例如：

▶ Hãy dịch câu này sang tiếng Hoa. 請將此句翻成華語。

14. 「tại」（在）

放在地點名詞的前面，不可以當動詞。例如：

▶ Chúng ta đã gặp nhau tại hội nghị quốc tế về hoa lan.
  我們曾在蘭花國際會議見面。

15. 「tới」（到）

連接動詞與名詞，表示動作的目標（詳細可參閱趨向動詞的部分）。例如：

▶ Trước khi quyết định việc gì, hãy luôn nghĩ tới gia đình.
  在決定事情之前，請想到你的家庭。

16. 「từ... đến...」（從……到……）

放在時間或地點名詞的前面，表示起止的範圍。例如：

▶ Tôi đi bộ từ nhà đến trường. 我從家裡走路到學校。

17. 「từ」（從）

放在時間或地點名詞的前面，表示起點。例如：

▶ Từ câu chuyện này cho thấy, không phải người có tiền là có tất cả.
  從這件事可得知，不是有錢人就可以擁有所有。

18.「trên」（上）

可以表示空間的位置，也可以表示在社會上所發生的事情。例如：

▸ **Trên** mặt trận ngoại giao, chúng ta cần phải giữ vững lập trường quốc gia.

在外交上，我們需要保持國家的立場。

19.「trong」（中）

可以表示空間的位置，也可以表示在抽象概念中所發生的事情。例如：

▸ **Nguyễn Du là một trong những tác gia nổi tiếng** trong **nền văn học Việt Nam.**

阮攸是越南文學中有名作家之一。

20.「vào」（在）

放在時間名詞的前面，表示事情的發生在某一個時間。例如：

▸ **Tôi sẽ trở về** vào **một ngày sớm nhất.**　我會在最早的一天回來。
▸ **Tôi đến Đài Loan** vào **năm 2002.**　我在2002年來台灣。

21.「về」（關於）

多用於表達想法、話語的動詞的後面（詳細可參閱趨向動詞的部分）。例如：

▸ **Chúng tôi đang nói** về **ngữ pháp tiếng Việt.**

我們正在談關於越南語語法。

22.「vì」（因為）

連接動詞與名詞，表示動作的原因。例如：

▸　Tôi là việc này chỉ vì em.　我做這件事只為了你。

23.「với」（跟、和）

連接動詞與名詞，用來將後面的名詞作為動詞的間接受詞，或者動作所嚮往的對象。例如：

▸　Tôi đã nói với anh là không được.　我已經跟你說是不行的。

小叮嚀　容易混淆的詞：「và」（和）、「với」（和）和「cùng」（和）

「và」、「với」和「cùng」相同之處，在於這三個詞都是多詞性的詞語，並且意思都是「和」。但是這三個詞，在使用方法上有些不同，有時候它們可以同時出現在句子內。例如：

▸　Tôi và cô ấy học tiếng Việt.　我和她學越南語。
　　（「và」＝英語的「and」）

▸　Tôi và cô ấy cùng học tiếng Việt.
　　我和她一起學越南語。（「và」＝英語的「and」，「cùng」＝英語的「together」）

▸　Tôi học tiếng Việt cùng lớp với cô ấy.
　　我和她同班學越南語。（「với」＝英語的「with」，「cùng」＝英語的「together」）

第十一單元

▶ Tôi và cô ấy học tiếng Việt cùng lớp.

我和她同班學越南語。（「và」＝英語的「and」；「cùng」＝英語的「same」）

▶ Tôi học tiếng Việt cùng cô ấy.

我同她學越南語。（「cùng」＝英語的「with」）

▶ Tôi học tiếng Việt với cô ấy.

我跟她學越南語。（「với」＝英語的「with」）

當連詞時，「và」只能連接兩個相同詞性（動詞、名詞、形容詞、副詞、子句），與英語的「and」相同意思。

當介詞時，「với」連接動詞與名詞，將後面的名詞作為動詞的間接受詞，與英語的「with」相同意思。

而「cùng」可以是副詞，可以是介詞，可以加在動詞的前面，也可以加在群組名詞的前面，這時它與英語的「together」相同意思。但是它跟名詞在一起時，又跟英語的「with」相同。

如果主語是複數，「với」、「cùng」的後面可以加互相代詞「nhau」。例如：

▶ Chúng tôi học tiếng Việt với nhau.　我們一起學越南語。

▶ Chúng tôi học tiếng Việt cùng nhau.　我們一起學越南語。

另外，「cùng」是形容詞時，它有「最、盡」的意思，請別搞混喔！例如：

▶ Tôi là người cuối cùng.　我是最後的人。

▶ Nó đã đến đường cùng.　他已走到盡頭了。

三、練習

請選出正確的答案。

1. Hướng dẫn viên đưa các bạn đi _____ thì các bạn đi _____, nếu không chúng tôi sẽ không chịu trách nhiệm khi các bạn bị lạc đường.
   (A) vừa... vừa...　　　　　　(B) nào... nấy...
   (C) đâu... đấy...　　　　　　(D) không... cũng không...

2. Các em ăn _____ thì lấy _____, đừng lãng phí thức ăn.
   (A) bao nhiêu... bấy nhiêu...　(B) nào... nấy...
   (C) đâu... đấy...　　　　　　(D) không... cũng không...

3. Cuộc sống càng ngày càng khó khăn, đa phần sinh viên đều phải _____ học _____ làm.
   (A) lên... đi...　　　　　　(B) đã... lại...
   (C) càng... càng...　　　　(D) vừa... vừa...

4. Lâu lắm rồi không gặp cậu ấy, trông cậu ấy _____ ngày _____ đẹp trai ra.
   (A) vừa... vừa...　　　　　　(B) đã... lại...
   (C) càng... càng...　　　　(D) không những... mà còn...

5. Hôm qua tôi vừa đi ăn _____ cô ấy nhưng không thấy cô ấy nói gì.
   (A) và　　　　　　　　　　(B) bằng
   (C) với　　　　　　　　　　(D) của

筆記欄

第十二單元
助詞、驚嘆詞、語氣詞

Ôi, tiếng Việt thật thú vị!
哇，越語很有趣！

一、助詞

助詞是附著在詞、詞組或句子上，用來附加某些意義或結構關係的詞。助詞是獨立性最差、意義最不實在的一種特殊的虛詞。

1. 「chính」（連）

放在句首，表示強調。例如：

▶ **Chính tôi cũng không biết nó đã đi rồi!** 連我也不知道他走了！

2. 「đây」（這、囉）

放在句首，強調事物就在身邊。放在句尾，表示強調，用來告知別人，自己即將做的事情。例如：

▶ **Đây, con gái của anh đây!** 這，你的女兒在這！

3. 「đấy」（那、啊）

放在句首，強調事物就在身邊的不遠處。放在問句的句尾，強調問題。例如：

▶ **Đấy, bạn gái nó đấy!** 那，那是他的女朋友啊！
▶ **Cô đi đâu đấy?** 你去哪裡啊？

4. 「đó」（那、啊）

放在句首，強調事物就在身邊的不遠處。放在問句的句尾，強調問題。跟「**đấy**」相同。例如：

▶ **Đó, bạn trai nó đó!** 那，那是她的男朋友啊！

5. 「là」（曰、說、是）

放在陳述動詞的後面，表示引用的想法、話語。例如：

▶ Tôi thấy là bài này hơi khó. 我覺得這課有點難。

6. 「nào」（來、吧）

放在句首，用來吸引在場聽眾的注意力。放在句尾，表示為祈使句。例如：

▶ Nào, chúng ta cùng học bài nào! 來，我們一起讀書吧！

7. 「ngay cả」（就連）

放在句首，表示強調。例如：

▶ Ngay cả tôi cũng không biết nó đã đi rồi! 就連我也不知道他走了！

8. 「rằng」（曰、說）

放在陳述動詞的後面，表示引用的想法、話語。例如：

▶ Tôi thấy rằng bài này hơi khó. 我覺得這課有點難。

9. 「rồi」（了）

放在句尾，表示事情已經做完、結束了。例如：

▶ Em làm xong rồi. 我做完了。

10. 「tự」（自己）

放在動詞的前面，表示主語自己所做的事情。例如：

▶ Em tự làm tất cả. 我自己做全部。

11. 「thì」（就）

　　放在主語與謂語之間，表示強調。例如：

▶ **Nó** thì **chỉ được cái nói mồm.** 他就只有一張嘴。

二、驚嘆詞

驚嘆詞是用來表示感嘆或呼喚、應答的詞。驚嘆詞是一種不參與句子組織的特殊詞類。它能獨立成句，不同於一般的虛詞。驚嘆詞的讀音比一般音節來得輕揚。

1. 「a」（啊、哇）

放在句首，表示驚訝或新發現某件事情。例如：

▷ A, mẹ đã về! 哇，媽媽回來了！

2. 「à」（喔）

放在句首，表示了解了原本不了解的事情。例如：

▷ À, ra vậy! 喔，原來如此！

3. 「ái chà」（哎呀）

放在句首，表示驚訝或痛苦。例如：

▷ Ái chà, giỏi ghê! 哎呀，好厲害！

4. 「ái」（唉）

放在句首，表示驚訝或痛苦。例如：

▷ Ái, đau! 唉，痛！

5. 「chao ôi」（天啊）

放在句首，表示驚訝或痛苦。例如：

▷ Chao ôi, con chó của tôi nó chạy đâu mất rồi!
　　天啊，我的狗跑到哪去了！

6. 「dạ」（是）

放在句首，表示同意。常用於必須有禮貌、下對上的關係。例如：

▶ Dạ, vâng ạ.　是，是的。

7. 「hỡi」（喂）

放在句首，表示呼籲。常用於大眾面前的演説文。例如：

▶ Hỡi các bạn học sinh sinh viên!　喂，各位學生們！

8. 「này」（喂）

放在句首或句尾時，用來強調句中的內容。放在稱呼詞的後面時，用來呼叫就在旁邊的對象。例如：

▶ Này, nói cho nghe này!　喂，我跟你説喔！

9. 「ô hay」（奇怪）

放在句首，表示驚訝或疑惑。例如：

▶ Ô hay, mấy giờ rồi mà còn chưa về?　奇怪，幾點了還不回去？

10. 「ơ」（哦、哎）

放在句首，表示驚訝。例如：

▶ Ơ, đi đâu đấy?　哎，去哪啊？

11. 「ôi」（哇）

放在句首，表示驚訝。例如：

▶ Ôi mẹ ơi, sao mà đau thế?　阿娘啊，怎麼那麼痛啊？

12. 「ơi」（喂）

放在稱呼詞的後面，用來呼叫對方在遠處或看不到的地方。例如：

▶ **Em ơi, cho chị bát phở nhé！** 小姐，來碗河粉吧！

13. 「than ôi」（天啊）

放在句首，表示驚訝或痛苦。例如：

▶ **Than ôi, con chó của tôi nó chạy đâu mất rồi!**
天啊，我的狗跑到哪去了！

14. 「trời ơi」（天啊）

放在句首，表示驚訝或痛苦。例如：

▶ **Trời ơi, sao số tôi lại khổ như này!** 天啊，我的命怎麼那麼苦啊！

15. 「ừ」（是）

放在句首，表示同意。上對下的關係。例如：

▶ **Ừ, được rồi.** 是，好的。

16. 「vâng」（是）

放在句首，表示同意。常用於必須有禮貌、下對上的關係。例如：

▶ **Vâng, em biết rồi.** 是，我知道了。

三、語氣詞

　　語氣詞用於句尾，表示說話時的語氣，一種語氣可能使用多個連續的語氣詞來表達，而一個語氣詞也可能同時表達一種以上的語氣。因此，語氣詞本身沒有實質的意義、不能單獨使用，一個語氣詞所要表現的語氣為何，必須視前後文而定。

1. 「cơ」（啊、耶）

　　放在問句句尾強調問題的疑惑或驚訝，用在敘述句句尾強調自己的意願。例如：

▶ **Ai** cơ? 誰啊？

▶ **Em ăn phở** cơ. 我吃河粉耶。

2. 「cơ mà」（但是、耶、啊）

　　用在兩個動詞或形容詞之間，強調兩者的相反。用在句尾強調說話者的話才是正確。例如：

▶ **Đắt,** cơ mà **đẹp.** 漂亮，但是很貴。

▶ **Hôm nay học tiếng Anh** cơ mà! 今天學英語啊！

3. 「chứ」（啦、吧、啊）

　　放在句尾，強調自己所說的。放在問句的句尾，表示疑問「是嗎？」的意思。例如：

▶ **Thế này mới đúng** chứ! 這樣才對啦！

▶ **Hôm nay ăn phở** chứ? 今天吃河粉吧？

4. 「đâu」（哪）

放在句尾，強調否定。例如：

▸ **Em có biết đâu!** 我哪知道！

5. 「đấy」（哪、啊）

放在句首時，用來強調事物就在身邊的不遠處。放在問句的句尾時，用來強調問題。例如：

▸ **Cô đi đâu đấy?** 你去哪啊？

6. 「đi」（吧）

放在句尾，表示命令式。例如：

▸ **Các em nghỉ đi!** 各位休息吧！

7. 「đó」（哪、啊）

放在句首時，強調事物就在身邊的不遠處。放在問句的句尾時，強調問題。例如：

▸ **Mi đang làm gì đó?** 你在做什麼啊？

8. 「hử / hả」（哈、啊）

放在問句的句尾，強調問題。例如：

▸ **Hả? Gọi gì thế hả?** 哈？叫什麼啊？

9. 「mà」（啊）

放在句尾，用來強調自己所說的是正確的，或用來反駁對方的意思。例如：

▶ **Bây giờ mới 10 giờ** mà. 現在才10點啊。

10. 「nghe / nghen / nha」（囉、吧）

越南南部用語。放在句尾，表示叮嚀、勸告，或告知對方自己即將進行的動作。用於祈使句或命令句。例如：

▶ **Đi** nghen! 走囉！
▶ **Đi** nha! 走吧！

11. 「nhé」（囉、吧）

放在句尾，表示叮嚀、勸告，或告知對方自己即將進行的動作。用於祈使句或命令句。例如：

▶ **Đi** nhé! 走吧！

12. 「nhỉ」（吧、喔、呢）

放在句尾，表示肯定、徵求對方同意自己的說法、或自己的感嘆。因此其句子通常是感嘆句或問句。例如：

▶ **Đẹp** nhỉ? 漂亮吧？

13. 「phết」（相當、蠻）

放於形容詞或副詞句子的後面，表示稱讚。例如：

▶ **Bài hát này hay** phết! 這首歌蠻好聽啊！

14.「ta」（啊）

放在句尾，用來表示驚訝、疑問。例如：

▶ Đi đâu mà xinh vậy ta? 去哪那麼漂亮啊？

15.「thế」（那麼、啊）

放在句首時，表示轉折。放在問句的句尾時，強調問題。例如：

▶ Làm gì mà lâu thế? 怎麼那麼久啊？

16.「thôi」（停、吧）

放在句首時，用來吸引在場聽眾的注意力，並停止其正在做的事情。用在句尾時，表示命令式，用來要求對方停止正在做的事情而去做另外一件事。例如：

▶ Chúng ta nghỉ thôi! 我們休息吧！

17.「vậy」（那麼、啊）

放在句首時，表示轉折。放在問句的句尾時，強調問題。例如：

▶ Vậy em không đi nữa! 那麼我不去了！

18.「với」（啊）

放在句尾，表示請求，也就是祈求別人幫忙的意思。例如：

▶ Cứu tôi với! 救命啊！

四、練習

請選出正確的答案。

1. Anh đi đâu _____?

    (A) mà   (B) vậy

    (C) ơi   (D) với

2. _____, phở ngon quá!

    (A) ôi   (B) vậy

    (C) thì   (D) thôi

3. Chúng ta nghỉ, ăn trưa _____!

    (A) thôi   (B) đấy

    (C) mà   (D) hả

4. Anh đi cẩn thận _____!

    (A) nhé   (B) nhỉ

    (C) đi   (D) vậy

5. _____ tôi cũng không biết anh ấy đi lúc nào.

    (A) ngay cả   (B) ôi

    (C) đây   (D) rằng

第十三單元
詞性的變化及多義詞

Mỗi ngày tôi học tiếng Việt 2 tiếng.
每天我學越語2小時。

一、詞性的變化

　　越南語文屬孤立語（isolating language），也就是它不是透過詞的內部形態變化來表達語法作用，而是透過虛詞和語序等詞本身以外的成分來表達。因此，我們要清楚詞的語序來辨別它的詞性，這時候我們會將同一個、有不同的意思的詞視為多義詞或同音異義的詞語。

（一）名詞的詞性變化

　　名詞的詞性變化主要是指名詞的類別變化，比如從一般名詞變成單位名詞或專有名詞，或關係名詞變成人稱代詞，或名詞變成動詞，名詞變成形容詞等現象都是。

1. 一般名詞變成單位名詞

　　一些一般的名詞可以成為具體名詞的單位詞。例如：

▶　cây（樹）　　　→　một cây đa（一棵榕樹）

▶　con（孩子）　　→　hai con chó（兩隻狗）

▶　quả（果實）　　→　ba quả dưa hấu（三顆西瓜）

2. 一般名詞變成專有名詞

　　越南人習慣用一些有意義的名詞來取人名、地名。例如：

▶　Ngày mai Hoa và Mai đi ngắm hoa mai.　明天阿花與阿梅去看梅花。

3. 關係名詞變成人稱代詞

　　（請參閱人稱代詞的單元）

4. 名詞變成動詞

一些農具可以直接用來表達農田的工作，或使用某種工具來代表一個動作。另外，一些抽象的名詞可以加「hóa」（化）在該名詞後面，表示事情的變化。例如：

▶ cái cày（犁）　　　　　→　　cày ruộng（犁地）

▶ cái cuốc（鋤頭）　　　→　　cuốc đất（鋤地）

▶ cái bừa（耙）　　　　　→　　bừa ruộng（耙地）

▶ muối（鹽巴）　　　　　→　　muối dưa（醃製芥菜）

▶ cơ khí（機械）　　　　→　　cơ khí hóa（機械化）

▶ công nghiệp（工業）　→　　công nghiệp hóa（工業化）

▶ số（數字）　　　　　　→　　số hóa（數位化）

▶ xã hội（社會）　　　　→　　xã hội hóa（社會化）

5. 名詞變形容詞

許多名詞可以修飾另外一個名詞，作為名詞詞組中的定語，但是有的名詞可以做謂語，這時候，名詞已轉換成形容詞。例如：

▶ anh hùng dân tộc（民族英雄）→ Dân tộc Việt Nam rất anh hùng.（越南民族很英勇。）

▶ hạnh phúc gia đình（家庭幸福）→ Gia đình tôi rất hạnh phúc.（我家很幸福。）

（二）動詞或形容詞的詞性變化

1. 動詞或形容詞變成名詞

　　當動詞或形容詞被用來當主詞或受詞的時候，它就有名詞的功能，因此它需要一些修飾的詞使它有名詞的特性，而此詞就是單位詞。像是把「cái」（個）、「việc」（事）或一些有特定意思的單位詞，放在動詞或形容詞的前面，就可以改變其詞性。例如：

▶ **Tôi** học **tiếng Việt.** 我學越南語。

▶ **Tiếng Việt rất** khó. 越南語很難。

▶ Cái khó **của** việc học **tiếng Việt là ở** việc phát âm.
學越南語的難處在於發音。

　　其中第一句，「học」（學）是個動詞，而第二句「khó」（難）是形容詞。但是在第三句，由於這兩個詞結合起來成為一個「名詞詞組」，因此要在它的前面加上另一個詞如「cái」（個）、「việc」（事）。通常，形容詞要在前面加「cái」（個），而動詞則要在前面加「việc」（事）或「sự」（事），如此一來就會有名詞的特性。以下是將動詞或形容詞變名詞常用的單位詞：

（1）「buổi」（次、天）：上班、上課天的單位詞，可以加在上班、上課活動的動詞的前面，將它變為名詞。例如：

▶ học（學）　　→　　 buổi học（課堂）

（2）「cái」（個）：東西的單位詞，加在形容詞的前面，將它變為名詞。例如：

▶ đẹp（美）　　→　　 cái đẹp của bình minh（黎明的美）

（3）「câu」（句）：計算言語的單位詞，加在話語動詞的前面，將它變為
　　　名詞。例如：

　▶　hát（唱）　　　→　　câu hát（唱聲）
　▶　nói（說）　　　→　　câu nói（話語）

（4）「cơn」（陣）：計算人的情緒、生理反應、自然活動的單位詞，加在
　　　情態動詞的前面，將它變為名詞。例如：

　▶　giận（生氣）　　→　　cơn giận của mẹ thiên nhiên（自然的生氣）

（5）「cuộc」（場）：加在人群活動動詞的前面，將它變為名詞。例如：

　▶　họp（開會）　　　　→　　cuộc họp（會議）
　▶　biểu tình（遊行）　　→　　một cuộc biểu tình（一場遊行）

（6）「niềm」（件）：將正面的情緒、狀態形容詞變為名詞。例如：

　▶　vui（快樂）　　　→　　niềm vui của mẹ（母親的快樂）

（7）「nỗi」（件）：將負面的情緒、狀態形容詞變為名詞。例如：

　▶　buồn（難過）　　→　　nỗi buồn của cha（父親的哀愁）
　▶　cô đơn（孤單）　→　　nỗi cô đơn của người tha hương（異鄉人的孤單）

（8）「sự」（事）：將動詞變為名詞的單位詞。例如：

　▶　nuôi dạy（養育）　　→　　sự nuôi dạy của cha mẹ（父母的養育）

（9）「việc」（事）：將動詞變為名詞的單位詞。例如：

　▶　đi lại（來回）　　　→　　việc đi lại（通勤）

　　以上是常見的、可以將形容詞及動詞變成名詞的單位詞。當然，語言沒有絕對，不同的人會有不同的習慣，也會習慣用不一樣的詞語，所以還是要藉由實際的運用去發現、知道什麼詞常跟什麼詞搭配，或者哪些詞之間可以相互換用。

二、多義詞

（一）什麼是多義詞？

　　多義詞是一個一音多義的詞語，大多是和生活關係最密切的常用詞，其中又以單音節的詞居多。多義詞在使用時，在一定的上下文中，一般只表示其中的一個意義。越語是單音節的語言，又大量借用漢字的詞彙，因此同音異義的詞語特別多。多義詞在比擬、比喻、借代等修辭中，因其「多義」的特點，所以有良好的表達效果。

　　多義詞有兩種，分別是「詞彙多義詞」和「語法多義詞」。其中「詞彙多義詞」又分成很多種，有的是來自漢字的同音不同字，有的是從原本的一個詞語，但衍生出很多不同的意思。也有原本是單一音節再與其他音節結合成不同的詞語。而「語法多義詞」則是同一個詞語，但是在不同的詞類或扮演不同的語法角色時，會有不同的意思。

（二）詞彙多義詞

　　此類多義詞在越語出現頻繁，主要原因來自漢字的同音不同字的詞彙，或從原本的詞語延伸發展出不同的意義。此類詞彙以名詞居多。例如：

1.「ăn」（吃、接受、贏、深入、腐融、折合）
2.「anh」（哥哥、前輩、先生、英國）
3.「đồng」（同、銅、盾、田）
4.「làm」（作、做、當、辦）
5.「minh」（明、銘、盟、鳴）
6.「nhà」（家、房子、家庭、朝代、夫妻對稱）
7.「nước」（水、汁、液體、國家）

（三）語法多義詞

語法多義詞是同一個詞語，但是在不同的詞類或扮演不同的語法角色時，有不同的意思。以下是常見的語法多義詞：

1.「cho」

（1）動詞：給

　　cho＋趨向動詞：向某處放置

　▶ Mọi người đang nhanh chóng cho hàng lên xe.
　　大家正趕緊將貨放上車。

　　cho＋là / rằng：認為、以為

　▶ Tôi cho là cô ấy đúng.　我認為她是對的。

（2）介詞：為某個目的、向某個對象

　　動詞＋cho＋子句：使得、讓

　▶ Anh cho tôi đi nhờ xe một chút.　你讓我搭個便車。

　　動詞＋cho＋名詞：跟、給、給予、向

　▶ Tôi muốn mua quà cho bạn gái.　我想買禮物給女朋友。

　　動詞＋cho＋動詞／形容詞：為了、使、得

　▶ Cởi áo ra cho mát.　把衣服脫掉會比較涼。

（3）助詞：吧（放在句尾）

　▶ Mời anh đi cho!　請你走吧！

2. 「đá」

（1）名詞：石頭、冰塊

▶ Tôi thích uống cà phê sữa đá.　我喜歡喝冰牛奶咖啡。

（2）動詞：踢、甩

▶ Nó vừa bị bồ đá.　他剛被甩了。

3. 「đây」

（1）代詞：這

▶ Đây là bạn tôi.　這是我朋友。

（2）語氣詞：啊

▶ Ai đây?　誰啊？

4. 「đấy」

（1）代詞：那

▶ Đấy là chị gái tôi.　那是我姊姊。

（2）語氣詞：啊

▶ Bạn đang nói gì đấy?　你在說什麼啊？

5. 「đầu」

（1）名詞：頭

▶ Tôi bị đau đầu.　我頭痛。

（2）形容詞：首、前頭

▶ Anh ấy là kĩ sư hàng đầu trong lĩnh vực thiết kế công nghiệp.
他是工業設計領域的領頭羊工程師。

（3）動詞：投

▶ Anh ấy đã đầu quân cho câu lạc bộ này được năm năm.
他已在這個球隊投身5年。

6.「đâu」

（1）疑問代名詞：哪裡

▶ Anh đi đâu vậy? 你去哪啊？

（2）助詞：哪有

▶ Anh có đi đâu đâu! 我哪有去哪！

7.「ê」

（1）動詞：麻木、痠痛

▶ Ngồi xe từ Đài Bắc đến Đài Nam làm cô ấy đau ê ẩm người.
坐車從台北到台南讓她全身痠痛。

（2）形容詞：蒙羞

▶ Đừng làm cả nhà ê mặt! 別讓全家為你蒙羞！

（3）語氣詞：喂

▶ Ê, đi đâu thế? 喂，去哪啊？

8.「ba」

（1）名詞：爸爸

▶ Ba sẽ là cánh chim, cho con bay thật xa. 爸爸是翅膀，讓我飛高高。

（2）數詞：三

▶ Nhà tôi có ba chị em. 我家有三姊妹。

9.「để」

（1）動詞：放置（để＋名詞）

▶ Tôi để tiền trong túi. 我把錢放口袋裡。

（2）連詞：讓（để＋子句）

▶ Để tôi thử làm xem sao. 讓我做看看。

（3）介詞：為了（什麼目的）（để＋動詞）

▶ Anh mua nhiều thế để làm gì? 你買那麼多要幹嘛？

10.「đi」

（1）動詞：去、走、移動

▶ Tôi đi Việt Nam học tiếng Việt. 我去越南學越南語。

（2）語氣詞：吧（用於命令句、祈使句）

▶ Anh muốn đi đâu thì đi đi! 你想去哪裡就去吧！

11. 「được」

（1）動詞：獲得、得

▶ Cậu ấy được giải nhất cuộc thi hùng biện tiếng Việt.
她得越南語演講比賽第一名。

（2）助動詞：可以

▶ Tôi được ăn kem thỏa thích. 我可以吃冰淇淋吃到飽。

（3）形容詞、副詞：得、行、可以、到

▶ Em ăn được kem chưa? 你吃到冰淇淋了嗎？

12. 「lại」

（1）動詞：來

▶ Mời anh lại nhà chơi. 請你來家裡坐坐。

（2）副詞：又、再

▶ Nó lại đi rồi. 她又走了。

13. 「mà」

（1）名詞：螃蟹洞

▶ Bờ ruộng này có rất nhiều mà cua. 這個田邊有很多螃蟹洞。

（2）連詞：卻、而、來

▶ Bộ trang sức này đẹp mà rẻ. 這套首飾漂亮而便宜。

（3）關係代詞：所、的

▶ Tôi rất thích cuốn sách mà anh viết. 我很喜歡你寫的那本書。

14.「mới」

（1）形容詞：新

▶ Đây là sinh viên mới. 這是新的學生。

（2）副詞：才

▶ Ngày mai tôi mới về. 明天我才回去。

15.「nên」

（1）助動詞：應該

▶ Anh nên hỏi bố mẹ trước rồi hãy quyết định. 你應該先問爸媽再決定。

（2）連詞：所以

▶ Hôm nay trời mưa nên tôi ở nhà. 今天下雨所以我在家。

16.「ở」

（1）動詞：在、住

▶ Mấy ngày nay tôi ở khách sạn. 這幾天我住飯店。

（2）介詞：在（用於地點名詞前）

▶ Tôi học tiếng Việt ở Việt Nam.　我在越南學越南語。

17. 「tại」

（1）介詞：在（用於地點名詞前）

▶ Tôi đã gặp anh ấy tại Đài Loan.　我曾在台灣遇見他。

（2）連詞：因為

▶ Tại con chó làm tôi bị ngã xe.　因為那隻狗讓我摔車。

18. 「vào」

（1）動詞：進

▶ Mời vào!　請進！

（2）介詞：在（用於時間名詞前）

▶ Chúng ta sẽ có cuộc họp vào ngày mai.　我們在明天會有一場會議。

19. 「này」

（1）指示詞：這（用在名詞後）

▶ Chuyện này cần giải quyết càng sớm càng tốt.
這件事需要越早處理越好。

（2）語氣詞：喂（人與人之間的近距離）

▶ Này, cậu có biết giám đốc mới là ai không?
喂，你知道新的經理是誰嗎？

20. 「nào」

（1）疑問詞：哪個（名詞＋nào）

▶ Em thích ăn món nào? 你喜歡哪一道菜？

（2）語氣詞：來（放句首或句尾）

▶ Nào, chúng ta bắt đầu nhé! 來，我們開始吧！

21. 「hay」

（1）形容詞：好看、有趣

▶ Đây là một cuốn sách hay. 這是一本好書。

（2）連詞：還是（連接兩個同樣的詞性）

▶ Anh thích phim hành động hay phim tình cảm?
你喜歡動作片還是愛情片？

22. 「vậy」

（1）代詞：那麼、此

▶ Anh nói vậy thì tôi không còn gì để nói nữa. 你那麼說我就沒話可說了。

（2）語氣詞：啊

▶ Anh đang nói gì vậy? 你在說什麼啊？

23.「thế」

（1）代詞：那麼、此

▶ Cô làm thế thì hỏng hết. 你那麼做會壞掉啊。

（2）語氣詞：啊

▶ Cô làm gì thế? 你在做什麼啊？

24.「theo」

（1）動詞：跟隨、根據、信從

▶ Em theo anh đi khắp thế gian. 我隨你走到天涯海角。

（2）連詞：據、對於

▶ Theo tin đã đưa, bão đang tiến gần vào đất liền.
根據已報導的新聞，颱風正在接近陸地。

（3）介詞：根據、依據、按照（後面的名詞就是動詞的根據）

▶ Sống và làm việc theo pháp luật. 依法工作與生活。

25.「vì」

（1）連詞：因為

▶ Vì trời mưa nên tôi nghỉ học. 因為下雨所以我不去上課。

（2）介詞：為了（什麼原因）（vì＋名詞）

▶ Tôi học tiếng Việt vì công việc.　我學越南語是為了工作。

（3）單位詞：計算天空的星星

▶ Ngàn vì sao trên trời đang dõi theo chúng ta.
天空上千萬個星星正在看我們。

三、練習

請將下列句子翻譯成中文。

1. Tôi để sách ở trên bàn để cho anh ấy xem để biết trong đó viết gì.

   → _____

2. Anh ấy bị đau dạ dày nên anh không nên ép anh ấy uống nhiều rượu như vậy.

   → _____

3. Tôi là sinh viên mới mới đến Đài Loan được 6 tháng.

   → _____

4. Con ngựa đá con ngựa đá.

   → _____

5. Anh ấy đậu xe cạnh ruộng đậu.

   → _____

6. Anh ấy hiện đang đầu quân cho câu lạc bộ bóng đá hàng đầu châu Âu.

   → _____

7. Vậy thì tôi không mua nữa vậy.

   → _____

句法

Ngày mai, tôi đi Việt Nam du lịch.
明天我去越南旅遊。

一、什麼是句？

句是由「詞」、「詞組」所構成的一個「有主語－謂語關係」的基本語法單位。一個句子能夠表達一個相對完整的意思，並能完成一次簡單的交際任務。每個句子都有一定的語氣、語調。

句子跟詞和詞組，其本質上的差異不在於長短，而在於句子是一個自由形式，是語言的動態單位和使用單位，而詞和詞組則是非自由形式，是語言的靜態單位和備用單位。

句子裡的成分（句中的語法角色）之間的關係、詞組的順序或虛詞的使用，會決定句子的型態。就句子的型態而言，可分成：「敘述句」、「疑問句」、「祈使句」、「感嘆句」等。按句子的構成成分可以將句子分為：「單句」、「複合句」、「省略句」和「特別句」。按句子所承載的意義還可以分成「直接引述句」、「間接引述句」、「主動語態句」、「被動語態句」等。

就單句的成分而言，單句是由單一個「有主語－謂語關係」的語法單位，除此之外還會有其他的附屬語法成分來修飾、補充。例如：

▷ 敘述句：Hôm nay tôi học tiếng Việt. 今天我學越南語。

▷ 疑問句：Tiếng Việt có khó không? 越南語難不難？

▷ 被動語態句：Nó bị đánh. 他被打。

▷ 間接引述句：Cô ấy nghĩ là việc này rất khó. 她認為這件事很難。

二、句子的語法成分與單句類型

句子是表達交際的目的，因此按交際的狀況可以造出不同的句子，也因此可以出現「單一語法成分的句子」（省略句），或是「多語法成分的句子」（完整句）。

（一）單一語法成分的句子

由一個詞或一個詞組組成，通常用於描述、表達時間、地點，或用在驚嘆、呼籲的目的。例如：

▶ Gió. Mưa. **Bão đến thật rồi!** 風。雨。颱風真的來了！

▶ Ngày mai. **Chỉ còn một ngày là chúng ta sẽ thấy được thành công.**
   明天。只剩下一天我們就能看見成功。

▶ Hỡi đồng bào cả nước! 全國的同胞們！

▶ Trời ơi! Khổ quá! 天啊！苦啊！

（二）多語法成分的單句

多語法成分的單句至少包括「主語」與「謂語」兩個主要成分，另外可以加上附屬成分如「狀語」、「解釋語」、「補語」、「定語」、「轉折語」等。

1. 主語

「主語」是句子的一個部分，作為句中的主體。主語可以是「人」、「事」、「物」，用來回答「誰？」、「什麼？」的問題。主語通常是「名詞」或「代詞」，但是「動詞」或「形容詞」有時候也可以當作主語，在這時候，動詞或形容詞被視為一個名詞。主語可能是「一個詞」、「一個組合

詞」或「一個子句」。例如：

- ▶ Tôi ăn cơm.　我吃飯。
- ▶ Giá của suất cơm rang này là 50 đồng.　這份炒飯的價格是50元。
- ▶ Tôi nấu phở rất ngon.　我煮河粉很好吃。

2. 謂語

　　「謂語」是句中的第二部分，來說明主語的「活動」、「狀態」、「性質」、「特點」。謂語用來回答「做什麼？」、「如何？」、「是什麼？」等問題。謂語通常是「動詞」或「形容詞」。謂語可能是「一個詞」、「一個組合詞」或「一個子句」。例如：

- ▶ Nó ngủ.　他睡覺。
- ▶ Nó thật dịu dàng và xinh đẹp.　她真溫柔又漂亮。
- ▶ Cô ấy là giáo viên dạy tiếng Việt.　她是教越南語的老師。

3. 狀語

　　「狀語」是越語句子中的一個附屬部分，用以「補充全句的意思」。狀語通常是指「時間」、「地點」、「目的」、「方式」，用來說明句中的「時間」、「地點」、「原因」、「目的」、「結果」、「方式」。狀語可以是「一個詞」、一個「組合詞」或「一個子句」。例如：

- ▶ Hôm nay, chúng tôi ăn phở bò rất ngon.
  今天我們吃很好吃的牛肉河粉。
- ▶ Ở Hà Nội, trời đang mưa.　在河內，天正下著雨。
- ▶ Bằng sự cố gắng không ngừng, chúng ta đã thành công.
  以無間斷的努力，我們已經成功。

4. 補語

「補語」是越語句子中的一個附屬部分，用以「補充動詞或形容詞的意思」，以此組成一個「組合動詞」或「組合形容詞」。例如：

▶ **Tôi học** tiếng Việt để đi Việt Nam làm việc.
我學越南語是為了要去越南工作。

▶ **Cái áo này đẹp** quá! 這件衣服好漂亮喔！

5. 定語

「定語」是越語句子中的一個附屬部分，用以「補充名詞的意思」。定語通常是「形容詞」或是一個「名詞」，可以是「一個詞」、「一個組合詞」或「一個子句」。例如：

▶ Cuốn **sách** này **rất hay.** 這本書很好看。

▶ **Tôi muốn mua** một cái **áo** len màu hồng. 我想買一件粉紅色的毛線衣。

▶ Cuốn **sách** anh viết **rất hay.** 你寫的書很好看。

6. 轉折語

「轉折語」是越語句子中的一個附屬部分，用以「轉折兩個句子或兩個短文」的意思，轉折語通常由「連詞」擔任。例如：

▶ Vả lại, **tôi không thích cô ấy.** 再者，我不喜歡她。

▶ Vì vậy, **tôi sẽ không đi Đài Bắc.** 因此，我不會去台北。

7. 解釋語

「解釋語」是越語句子中的一個附屬部分，用來「解釋一個詞或詞組的意思」，解釋語可以是「一個詞」、「一個組合詞」或「一個子句」。例如：

▶ **Cô ấy,** cô giáo dạy tiếng Việt của tôi, **là người Việt Nam.**

她，我的越南語老師，是越南人。

▶ **Hôm đó,** ngày mà anh nhìn thấy tôi, **là ngày Chủ Nhật.**

那天，你看見我的那天，是禮拜天。

三、句子的類型（按句子型態分類）

（一）敘述句

敘述句是用敘述語氣述說一件事情的句子，語調較為平直，書面上用句號結尾。敘述句有「肯定的敘述」、「否定的敘述」和「強調的敘述」三種。例如：

▶ 肯定敘述：Hôm nay, tôi học tiếng Việt. 今天我學越南語。

▶ 否定敘述：Hôm nay, tôi không học tiếng Việt. 今天我不學越南語。

▶ 強調敘述：Hôm nay, ngay cả anh ấy cũng học tiếng Việt.
今天連他也學越南語。

（二）疑問句

疑問句是提出問題、表示疑問語氣的句子，書面上用問號結尾。疑問句可以分為「直接問句」、「選擇問句」或「是非問句」。詳細問句句型與用法請看「疑問詞與疑問句」單元。例如：

▶ 直接問句：Anh là ai? 你是誰？

▶ 選擇問句：Anh ăn cơm hay ăn phở? 你吃飯還是吃河粉？

▶ 是否問句：Cô ấy đã về chưa? 她回來了沒？

（三）祈使句

祈使句是表示請求、要求、命令、勸告、催促、禁止或制止等語氣的句子。句中常會用一些指令、祈使的動詞或副詞，像是：「yêu cầu」（要求）、「đề nghị」（要求）、「cấm」（禁止）、「xin」（請）、「hãy」（請）、「đừng」（別）、「chớ」（別）、「đi」（吧）、「lên」（吧），書面上用驚嘆號結尾。例如：

▶ Cấm hút thuốc! 禁止吸菸！

▶ Xin hãy nói nhỏ một chút! 請小聲一點！

▶ Đừng nói cho họ biết! 別讓他們知道！

▶ Ăn cơm đi! 吃飯吧！

▶ Đi nhanh lên! 走快點吧！

（四）感嘆句

感嘆句是抒發強烈感情、表示感嘆語氣的句子，句首和句尾常加驚嘆詞或語氣詞，書面上用驚嘆號結尾。例如：

▶ Ái! Đau quá! 哎呀！痛啊！

▶ Trời ơi! Sao tôi lại khổ thế này! 天啊！我為何這麼苦啊！

四、句子的類型（按句子意義分類）

（一）主動語態句及被動語態句

被動語態句是指句中的主語是動作的承受者。被動語態句主要使用於描寫事情的經過，並讓主動語態的受詞顯得更重要。造句的方法是把主動語態的受詞放到被動語態句子的前面，彰顯該受詞甚於動作的執行者，再加上被動語態的助動詞「được」（得）或「bị」（被）。動作是正面意思時，使用助動詞「được」，相反時使用「bị」，如果要強調動作的執行者則加介係詞「bởi」（由），如果執行動詞放在執行者後面就用「do」（由）。被動語態句常用於沒有執行者或執行者不詳的目的。例如：

1. 有執行者

▶ 主動：Năm 1911, hoàng thái tử Nhật Bản tự tay trồng cây đa này.
　　　　1911年，日本太子親手種下這棵榕樹。

▶ 被動：Cây đa này được hoàng thái tử Nhật Bản tự tay trồng vào năm 1911.
　　　　這棵榕樹被日本太子親手種下於1911年。
　　　　或 Cây đa này do hoàng thái tử Nhật Bản tự tay trồng vào năm 1911.
　　　　這棵榕樹由日本太子親手種下於1911年。

2. 沒有執行者或執行者不詳

▶ Nó bị đánh. 她被打。

▶ Chiếc máy tính này được sản xuất tại Đài Loan. 這台電腦在台灣生產。

（二）間接引述句與直接引述句

1. 什麼是「直接引述句」及「間接引述句」

　　當我們引用或陳述別人說過的話，通常有兩種方式：「直接引述」或「間接引述」，因此可分為「直接引述句」及「間接引述句」。無論直接引述句或間接引述句，其動詞都稱為「報導動詞」或「陳述動詞」，其所引述的文字稱為「報導內容」或「陳述內容」。在書寫時常使用直接引述句，此時報導動詞後面會加上冒號與引號。例如：

▶ **Hôm qua, cô giáo** nói: "Ngày mai, các bạn **được nghỉ**."

　昨天老師說：「明天各位可以放假。」

　　但是口語上，常用間接引述句，又因為越語不需要處理動詞變化，我們只需要注意陳述內容句中的主語和賓語。此時，陳述內容句中的主語和賓語須符合陳述動詞的主語和賓語。按上面舉的例子來說，我們可以說成：

▶ **Hôm qua, cô giáo nói với** tớ là hôm nay chúng ta **được nghỉ**.

　昨天老師跟我說今天我們可以放假。

　→ 這一句的說話者是一位同學與班上其他同學轉述老師的話。

▶ **Hôm qua, cô giáo nói với** em là hôm nay chúng em **được nghỉ**.

　昨天老師跟我說今天我們可以放假。

　→ 這句的說話者是同一位同學重新轉述老師曾經說的話。

2. 常用的陳述動詞

　　在「陳述動詞」與「間接引述句」之間，通常要加上陳述連接詞「là / rằng」（道）。除了一般的陳述動詞，在陳述句當中也常使用「使令動詞」。常用的陳述動詞有：bảo（告訴）、bắt（逼迫）、chép（抄）、cho

（認為）、cho biết（表示）、đề nghị（建議、要求）、ghi（記錄）、hỏi（問）、nói（說）、nghĩ（想）、nhắn（轉訴）、sai bảo（派遣）、tin（相信）、tưởng（以為）、thông báo（通知、通報）、trả lời（回答）、viết（寫）、gợi ý（建議）、xin（求）、yêu cầu（要求）……等。

間接引述句的主語或賓語的變化表

	直接引述句	間接引述句
主語	第一人稱	第三人稱
	第二人稱	第一或第三人稱
	第三人稱	第三人稱
賓語	第一人稱	第三人稱
	第二人稱	第一或第三人稱
	第三人稱	第三人稱

　　在間接引述句中，主語或賓語的變化，除了要看引述句的主語和賓語之外，也要注意陳述動詞的賓語（所接受陳述內容的人）的角色與稱謂輩分來改變主語和賓語。

▶ **Giám đốc nói với** Minh: "Ngày mai, Minh không cần đi làm cũng được".

經理跟阿明說：「阿明，你明天不用來上班也可以。」

▶ Minh **nói với** tôi **là giám đốc của** cậu ấy **nói ngày mai** cậu ấy **không cần đi làm cũng được.**

阿明跟我說他的經理說明天他不用來上班也可以。

▸ Giám đốc nói với Lâm: "Ngày mai, Minh không cần đi làm cũng được".

經理跟阿霖説：「明天阿明不用來上班也可以。」

▸ Lâm nhắn với tôi là giám đốc nói ngày mai tôi không cần đi làm cũng được.

阿霖轉告我説經理説我明天不用上班也可以。

4. 間接引述句的時間、地點變化

必須根據陳述句的時間來看引述句是否要改變。如果陳述句的時間是過去，引述句的時間會改變如下。請看1的例句。

間接引述句的時間、地點變化表

	直接引述句	間接引述句
時間	hôm nay 今天 tuần này 這個星期 tháng này 這個月 năm nay 今年 thời gian này 這個時候	hôm đó 那天 tuần đó 那個星期 tháng đó 那個月 năm đó 那年 thời gian đó, hồi đó 那時候
	hôm qua 昨天 tuần trước 上個星期 tháng trước 上個月 năm ngoái 去年	ngày hôm trước, một ngày trước đó 在那前一天 một tuần trước đó 在那前一個星期 một tháng trước đó 在那前一個月 một năm trước đó 在那前一年
	ngày mai 明天 tuần sau 下星期 tháng sau 下個月 sang năm 明年	ngày hôm sau, một ngày sau đó 在那一天後 một tuần sau đó 在那一個星期後 một tháng sau đó 在那一個月後 một năm sau đó 在那一年後
地點	ở đây 在這裡	ở đó 在那裡
	ở đó 在那裡	ở đó 在那裡

5. 間接引述的命令、祈使及問句

　　間接引述的命令或祈使句，通常在表達陳述時，動詞皆屬於使令動詞，而在引述內容時，則使用「hãy」（請）、「đừng」（別）來表達。間接引述的問句，則在使用詢問的陳述動詞後面，引述內容也仍按陳述動詞的主語所疑問的問題呈現。例如：

▶ **Hôm qua, cô giáo** hỏi **tớ là** khi nào **làm xong bài. Tớ** xin **cô là** hãy **cho tớ thêm hai ngày nữa.**

　昨天老師問我説什麼時候完成作業。我請老師再給我兩天。

五、練習

請用下列詞語造句。

1. đẹp

    →_____

2. nói

    →_____

3. cụ thể

    →_____

4. chi tiết

    →_____

5. hạnh phúc

    →_____

6. sách vở

    →_____

7. con cái

    →_____

8. bóng đá

    →_____

9. thành công

    →_____

10. là

    →_____

第十五單元
複合句

Nếu muốn học tốt tiếng Việt thì bạn phải chăm chỉ đọc sách.
如果想要學好越語你就要認真地讀書。

一、什麼是複合句？

複合句是由兩個以上、且在意義和結構上有密切關聯的分句所構成的一個比較複雜的句子。

組成複合句的單句叫「分句」或「子句」。複合句內的分句，通常會透過連詞連接起來，如果沒有連詞，就會在口語上使用停頓點。而在書面上，分句之間會用逗號來分隔，完整句的句尾會用句號、問號或驚嘆號來表示。分句沒有完整的句調和獨立的交際功能。各個分句在結構上互不包含。分句可以是單句、省略句，也可以是同一個主語、有很多謂語的句子。

複合句可以分爲「對等複合句」（independent compounds）和「從屬複合句」（subordinate compounds）。其中「對等複合句」包括「並列」、「連貫」、「遞進」、「選擇」、「總分」等關係；而「從屬複合句子」則包括「因果」、「轉折」、「條件」、「讓步」、「目的」等關係。

二、對等複合句

分句之間的連接，口語上可以是一個停頓點，書面上則是一個逗號，也可以透過一些「連接詞」，例如「và」（和）、「rồi」（然後）、「hay là」（還是）、「còn」（還有、而）、「mà」（而），或者時間的連詞來連接。例如：

▸ Bên ngoài, trời đang mưa, gió rít mạnh, cây cối như đang muốn đổ ngả xuống đường.
外面，天下著雨，風颳得很猛烈，樹木像要往地面傾倒般。

▸ Anh ấy ăn cơm, còn tôi ăn bánh mì. 他吃飯，而我吃麵包。

▸ Anh lái xe hay là tôi lái xe? 你開車還是我開車？

三、從屬複合句與連詞

　　從屬複合句的結構包括「主要分句」和「次要分句」，或者「同一個主語但不同謂語的句子」。兩個分句之間有連詞，用來表示主要分句與次要分句之間的關係。連詞可能是單一連詞，也可能是一對相關連詞。分句之間的關係可以包括：原因結果關係、條件結果關係、轉折關係、相反關係、目的關係、增進關係、對稱關係等。

（一）原因結果關係

1.「vì... nên...」（因為……所以……）

▸ Vì **trời mưa** nên **tôi ở nhà.** 因為下雨，所以我留在家。

2.「do... nên...」（由於……所以……）

▸ Do **không thuộc bài** nên **tôi bị cô giáo phạt.**
由於不背熟課程，所以我被老師處罰。

3.「bởi vì... cho nên...」（因為……所以……）

▸ Bởi vì **ngủ dậy muộn** cho nên **tôi bị nhỡ xe.**
因為晚起床，所以我錯過車。

（二）條件結果關係

1.「nếu... thì...」（如果……就……）

▸ Nếu **tôi có tiền** thì **tôi sẽ mua ô tô.** 如果我有錢，我就會買汽車。

2. 「cứ... là...」（只要……就會……）

▸ Cứ mỗi khi trái gió trở trời là tôi bị đau khớp.
只要天氣變化，我關節就會疼痛。

3. 「hễ... thì...」（只要……就會……）

▸ Hễ trời mưa to thì con phố này bị ngập. 只要下大雨，這條街就會淹水。

4. 「giá mà... thì... sẽ...」（假使……會……）

▸ Giá mà tôi ở Việt Nam lúc này thì tôi sẽ đến thăm cô ấy.
假使我現在在越南，我會去看她。

5. 「giá như... thì...」（假如……就……）

▸ Giá như hôm đó anh đến kịp thì sự việc đã không như vậy.
假如那天你來得及到場，事情就不會那樣。

6. 「nhỡ... thì...」（假如……就……）

▸ Nhỡ mẹ về sớm thì sẽ phát hiện chúng ta đang xem ti vi.
假如媽媽提早回來，就會發現我們在看電視。

（三）相反、轉折關係

1. 「mà」（而、但是）

▸ Hôm nay là ngày nghỉ mà chúng ta vẫn phải đi làm.
今天是假日，但是我們還要上班。

2. 「nhưng」（但是）

▶ Anh ấy vừa đến nhưng tôi không ở nhà. 他剛來，但是我不在家。

3. 「tuy... nhưng...」（雖然……但是……）

▶ Tuy trời mưa to nhưng tôi vẫn đi học. 雖然下大雨，但是我還去上課。

4. 「mặc dù... nhưng...」（雖然……但是……）

▶ Mặc dù chưa ăn cơm nhưng tôi không đói.
雖然還沒吃飯，但是我不餓。

5. 「mặc dù... nhưng... vẫn...」（儘管……但是……還是……）

▶ Mặc dù hội đồng quản trị đã hết sức cố gắng nhưng công ty vẫn bị phá sản.
儘管董事會已經盡力，但是公司還是破產了。

6. 「thà... còn hơn...」（寧願……也不要……）

▶ Thà nhịn đói còn hơn ăn trứng vịt lộn. 寧願餓肚子，也不要吃鴨仔蛋。

（四）目的關係

1. 「nếu không」（不然）

▶ Dậy mau, nếu không sẽ muộn học. 趕快起床，不然上課要遲到了。

2.「kẻo」（不然）

▶ Cận thận kẻo ngã. 小心不然摔倒。

3.「không thì」（不然）

▶ Em ngoan, không thì chị sẽ không cho kẹo.
弟弟乖，不然姊姊不給你糖果。

4.「để」（為了、以便）

▶ Em xin nghỉ học để đi thi bằng lái xe. 我要請假，為了去考駕照。

5.「nhằm」（為了）

▶ Chúng tôi nói vậy nhằm giúp công ty bán được nhiều hàng hơn.
我們這樣說，為了幫公司賣更多貨。

6.「để... thì phải...」（為了……就要……）

▶ Để có nhiều tiền thì bạn phải làm việc chăm chỉ.
爲了有很多錢，你就要認真工作。

（五）增進關係

1.「không những... mà còn...」（不但……還有……）

▶ Chúng tôi không những chế biến nông sản, mà còn sản xuất các loại kẹo đặc sản.
我們不但加工農產品，還製作各類特產糖果。

2. 「ngoài... ra, ... còn... 」（除……外，……還有……）

▶ Ngoài xinh đẹp ra, cô ấy còn rất có tài. 除了漂亮之外，她還很有才華。

3. 「ngoài ra, ... còn... 」（除此之外，……還有……）

▶ Chúng tôi là công ty chuyên nhập khẩu hàng nông sản organic. Ngoài ra, chúng tôi còn sản xuất thực phẩm chức năng.
我們是專門進口有機農產的公司。除此之外，我們還生產保健食品。

4. 「đã... lại... 」（已……卻……；已……又……）

▶ Anh ta đã mua nhà lại mua ô tô. 他已經買房又買車。

5. 「càng... càng... 」（越……越……）

▶ Tiếng Việt càng học càng thú vị. 越南語越學越有趣。

6. 「chẳng cứ... mà cả... 」（不僅……還有……）

▶ Chẳng cứ tôi không thích mà cả nhà tôi đều không thích chị ấy.
不僅我不喜歡，還有我全家都不喜歡她。

7. 「không chỉ... mà cả... 」（不只……還有……）

▶ Không chỉ tôi mà cả anh ấy cũng phản đối việc này.
不只我還有他也反對這件事。

（六）對稱關係

1. 「nào thì... nấy」（哪……就……哪）

▶ Em thích cái nào thì lấy cái nấy. 你喜歡哪個就拿哪個。

2. 「bao nhiêu thì... bấy nhiêu」（多少……就……多少）

▶ Cô trả tôi bao nhiêu thì tôi bán bấy nhiêu.
隨妳喊價，妳敢喊我就敢賣。（妳付多少我就賣多少）

3. 「ai thì... người ấy」（誰……就……誰）

▶ Anh muốn yêu ai thì yêu người ấy. 你想愛誰就愛誰。

4. 「đâu thì... đấy」（哪裡……就……哪裡）

▶ Em thích đi đâu thì đi đấy. 你想去哪，就去哪。

5. 「gì thì... nấy」（什麼……就……什麼）

▶ Chị muốn ăn gì thì ăn nấy. 你想吃什麼就吃什麼。

四、練習題

請用下列相關連詞造句。

1. do... nên...

→_____

2. giá như... thì...

→_____

3. tuy... nhưng...

→_____

4. thà... còn hơn...

→_____

5. nếu không...

→_____

6. không những... mà còn...

→_____

第十六單元
標點符號及大寫規則

Sắp đến Tết rồi!
春節快到了！

一、標點符號

　　標點符號用於書寫文本，用來分別句內及短文內的詞組、語法等單位。越語使用拉丁文字，因此標點符號使用半形格式。在打字方面，每個標點符號都連在前面的詞語，再一格空格後才接著下一個詞語。越文常用的標點符號有10個，如下：

越文的標點符號

名稱	記號	說明
Dấu chấm（句號）	.	用於句尾，表示一句話的結束。
Dấu chấm hỏi（問號）	?	用於句尾，表示一句話的結束且為問句。
Dấu chấm than（驚嘆號）	!	用於句尾，表示一句話的結束，且為驚嘆句或祈使句。
Dấu phẩy（逗號）	,	用於句中，用來區分句內的語法成分或詞組。
Dấu chấm phẩy（分號）	;	用於句中、複合句內部，用在並列分句之間。
Dấu hai chấm（冒號）	:	用來提起下文或總結上文，藉以說明、解釋或接續一個引用句在後面。
Dấu chấm lửng（省略號）	...	用於句首、句中或句尾，用來省略一些詞語。
Dấu gạch ngang（連字號）	-	用在句中表示插入語法成分，用在句首表示羅列式，用在專有名詞或數字之間表示連結，用在一個多音節的詞語之間表示此詞語為外來語。

名稱	記號	說明
Dấu ngoặc đơn（括號）	( )	用在句中，藉以解釋、補充前一個詞語更深入的意思。
Dấu ngoặc kép（引號）	" "	用在句中，表示參照、著重、特別用意，或是引用句的內容。

二、字母大寫的規則

　　越語使用拉丁文字，因此文字上有分大寫與小寫。一般的字母大寫規則與其他使用拉丁文字的語言相同，不過越文的大小寫的規則有些不一樣。按越南內務部2011年的規定如下：

（一）因為句子模式大寫

　　句子的第一個字母，還有在句號後面、問號後面、驚嘆號後面、省略號後面、冒號後面、冒號後面的引號裡面，以及下一行的第一個字母都要使用大寫。例如：

- ▶ Xin kính chào quý vị và các bạn. Chúc quý vị và các bạn một ngày mới tốt lành.

  各位朋友大家好。祝各位有新的、美好的一天。

- ▶ Cô giáo hỏi cả lớp: "Hôm nay có ai vắng mặt không?"

  老師問全班：「今天有人缺席嗎？」

（二）人名

　　越南人名、歷史人物、朝代的每個音節的第一個字母都要大寫。如果外國人的名字是多音節，並使用越語拼音模式，則大寫位在第一個音節的第一個字母。如果使用原文，則按照原文的大寫模式。例如：

- ▶ Hồ Chí Minh（胡志明）

- ▶ Tưởng Giới Thạch（蔣介石）

- ▶ Lê-nin（列寧）

▷ Ô-ba-ma（歐巴馬）

▷ Donald Trumph（唐納・川普）

（三）地名、國名

1. 行政單位與專有名詞（名字）結合時，只有專有名詞每一個音節的第一個字母要大寫。但是有些特殊狀況除外。例如：

▷ Thành phố Hồ Chí Minh（胡志明市）

▷ Thủ đô Hà Nội（河內首都）

▷ tỉnh Bình Dương（平陽省）

▷ huyện Gia Lâm（嘉林縣）

2. 每個區域的名稱，由方向詞結合在一起的第一個音節的第一個字母都要大寫。例如：

▷ Bắc Bộ（北部）

▷ Tây Nam Bộ（西南部）

▷ Nam Trung Bộ（南中部）

3. 外國地名或國名，如果已經有漢越音，每個音節的第一個字母都要大寫。如果外國地名是多音節，並使用越語拼音模式，則第一個音節的第一個字母要大寫。如果使用原文，則按照原文的大寫模式。例如：

▷ Đài Loan（台灣）

▷ Trung Quốc（中國）

▷ Bắc Kinh（北京）

▷ Luân-đôn（倫敦）

▷ Oa-sinh-tơn（華盛頓）

▸ Paris（巴黎）

▸ Tokyo（東京）

（四）機構、組織名稱

　　機構、組織名稱的詞或詞組第一個音節的第一個字母要大寫。如果名詞是縮寫，所有縮寫字母都要大寫。例如：

▸ Ủy ban Thường vụ Quốc hội（國會常務委員會）

▸ Bộ Khoa học và Công nghệ（科技部）

▸ Tổng công ty Hàng không Việt Nam（越南航空總公司）

▸ Viện Khoa học Xã hội Việt Nam（越南社會科學院）

▸ Trường Đại học Khoa học Xã hội và Nhân văn Hà Nội
　　（河內社會科學與人文大學）

（五）其他

1. 各類勳章或名譽獎狀

　　獎狀第一個音節的第一個字母及排行（第一、第二……）都要大寫。例如：

▸ Huân chương Độc lập hạng Nhất（獨立勳章第一項）

▸ Nghệ sĩ Nhân dân（人民藝人）

▸ Anh hùng Lao động（勞動英雄）

2. 學位及職務

如果學位及職務與人名連用，則第一個音節的第一個字母要大寫。例如：

- ▶ Chủ tịch Hồ Chí Minh（胡志明主席）
- ▶ Đại tướng Võ Nguyên Giáp（武元甲大將）
- ▶ Tổng thống Thái Anh Văn（蔡英文總統）
- ▶ Giáo sư Viện sĩ Nguyễn Văn H（阮文H院士教授）

3. 一般名詞已專屬化

第一個音節的第一個字母要大寫。例如：

- ▶ Bác, Người（兩個字都指胡志明）

4. 節日、紀念日

每一個詞的第一個音節的第一個字母要大寫。例如：

- ▶ ngày Quốc khánh 2-9（9月2日國慶日）
- ▶ ngày Phụ nữ Việt Nam 20-10（10月20日越南婦女日）

5. 歷史事件及朝代

每一個詞的第一個音節的第一個字母要大寫。例如：

- ▶ Phong trào Cần vương（勤王運動）
- ▶ Cách mạng tháng Tám（八月革命）

6. 文件、書籍名稱

每一個詞的第一個音節的第一個字母要大寫。例如：

▶ Bộ luật Dân sự（民法）

▶ từ điển Bách khoa toàn thư（百科全書辭典）

7. 年節、日、月

越語的農曆年使用天干地支稱呼，所有音節的第一個字母要大寫。節日則每一個詞的第一個音節的第一個字母要大寫。星期的每一天或月份可以使用數字來表達，如果要用文字來寫，那個字的第一個字母就要大寫。例如：

▶ Kỷ Tỵ（己子）

▶ Tân Hợi（辛亥）

▶ Mậu Thân（戊申）

▶ tiết Lập xuân（立春）

▶ tết Đoan ngọ（端午節）

▶ tết Trung thu（中秋節）

▶ tết Nguyên đán（元旦）

▶ thứ Hai（星期一）

▶ thứ Tư（星期三）

▶ tháng Năm（五月）

▶ tháng Tám（八月）

8. 宗教名稱或宗教節日

宗教名稱的所有音節，不包括一般名詞所構成的詞組的第一個字母都要大寫。宗教節日的第一個音節的第一個字母要大寫。例如：

- ▸ đạo Thiên Chúa（天主教）
- ▸ đạo Hòa Hảo（和好教）
- ▸ đạo Cao Đài（高台教）
- ▸ Nho giáo（儒教）
- ▸ Hồi giáo（回教）
- ▸ lễ Phục sinh（復活節）
- ▸ lễ Phật đản（佛誕節）

9. 國際機構的縮寫

國際機構的名字如果翻譯成越語就按越語的規則，如果保留國際縮寫就用縮寫，所有的縮寫字母都要大寫。

- ▸ Liên hợp quốc (UN)（聯合國）
- ▸ Hiệp hội các quốc gia Đông Nam Á (ASEAN)（東協）
- ▸ Tổ chức Thương mại Thế giới (WTO)（世界貿易組織）

三、練習

請找出錯誤的地方，並寫出正確答案。

1. anh hãy nói cho tôi biết về Kế hoạch của anh.

　→_____

2. ngày mai chúng tôi sẽ đi du lịch ở thành phố hồ chí minh

　→_____

3. Hôm nay là chủ nhật, chúng tôi không phải đi làm.

　→_____

4. ô ba ma là tổng thống đầu tiên của mĩ không phải là người da trắng.

　→_____

5. Hà nội là thủ đô của việt nam

　→_____

第二單元～第十六單元

參考答案

第二單元：什麼是語法？

（一）請將下列越語翻譯成中文。

1. Sao không đi bảo họ? → 為什麼不去告訴他們？

2. Sao họ bảo không đi? → 他們不是說不去嗎？

3. Sao không bảo họ đi? → 為什麼不叫他們走？

4. Sao đi không bảo họ? → 為什麼走了不告訴他們？

5. Bảo họ đi, không sao. → 叫他們走，沒關係。

6. Bảo nó đi, sao không? → 叫他們走，為何不？

7. Họ đi không bảo sao? → 他們走不告訴你嗎？

8. Họ đi bảo không sao. → 他們去說沒關係。

9. Không bảo họ đi sao? → 不叫他們走嗎？

10. Không bảo, sao họ đi? → 沒說，他們怎麼走了？

（二）請分析下列句子的語法成分。

1. Ở Việt Nam, người ta rất yêu thích môn bóng đá.

   在越南，人們很喜歡足球。

   → Ở Việt Nam：狀語（名詞詞組）

   người ta：主語（代詞）

   rất yêu thích môn bóng đá：謂語（及物動詞與受詞）

2. Ngày mai, tôi sẽ về Việt Nam ăn Tết. 明天我將會回越南過年。

   → Ngày mai：狀語

   tôi：主語（代詞）

   sẽ về Việt Nam ăn Tết：謂語（兩個動詞詞組）

3. Tiếng Việt rất khó. 越南語很難。

    → Tiếng Việt：主語（名詞詞組）

    　rất khó：謂語（形容詞詞組）

4. Cái khó của việc học tiếng Việt là phát âm. 越南語難學的是發音。

    → Cái khó của việc học tiếng Việt：主語（名詞詞組）

    　là phát âm：謂語（連綴動詞與名詞）

5. Tuy tiếng Việt khó nhưng rất thú vị. 雖然越南語難但是很有趣。

    → Tuy tiếng Việt khó：從屬句子的主要子句

    　nhưng rất thú vị：從屬句子的次要子句

第三單元：名詞與名詞詞組

（一）請選出正確的答案。

1. Anh ấy là _____ trong lĩnh vực thương mại điện tử.

    他是電子商業的_____。

    (A) chuyên gia　專家

    (B) chuyên môn　專門

    (C) chuyên ngành　專業（名詞）

    (D) chuyên nghiệp　專業（形容詞）

2. Vì sức khỏe nên cô ấy cần ăn nhiều _____.

    為了健康所以他要吃很多_____。

    (A) rau luộc　水煮菜

    (B) rau xanh　蔬菜

(C) rau ráu　吃東西的擬聲詞

(D) rau dưa　醃菜

3. Cây đa này là một trong ba _____ lâu năm nhất của trường chúng tôi.

這棵榕樹是我們學校的三棵_____之一。

(A) cây xanh　綠樹

(B) cây cối　樹木

(C) cây cổ thụ　老樹

(D) cây lâu năm　長年樹

4. _____ là con đường ngắn nhất đưa con người đến với tri thức.

_____是帶給人知識最短的路。

(A) giáo cụ　教具

(B) giáo dục　教育

(C) giáo án　教案

(D) giáo trình　教程

5. _____ của anh ấy được đánh đổi bằng bao đêm thức trắng bên bàn thí nghiệm.

_____他的是多少天在研究室熬夜換來的。

(A) thành thử　結果（連詞）

(B) thành đạt　成功（形容詞）

(C) thành công　成功（名詞、動詞）

(D) thành thật　誠實

（二）請找出名詞詞組並且翻成中文。

1. Ngữ pháp tiếng Việt không khó lắm. → 越南語語法不太難。

2. Tôi rất thích ăn phở bò xào. → 我很喜歡吃炒牛肉河粉。

3. Tôi muốn mua một cái quần bò màu xanh đen.

　　→ 我想要買一條深藍色的牛仔褲。

4. Người Việt Nam rất hiếu khách. → 越南人很好客。

5. Trong từ vựng tiếng Việt có rất nhiều từ ngoại lai.

　　→ 越南語詞彙中有很多外來語。

第四單元：動詞與動詞詞組

（一）請選出正確的答案。

1. Chúng tôi rất _____ được hợp tác với quý công ty.

　　我們很_____可以與貴公司合作。

　　(A) hy vọng　希望

　　(B) thành công　成功

　　(C) tiến hành　進行

　　(D) xuất hiện　出現

2. Tôi _____ rằng anh ấy sẽ thành công.　我_____他會成功。

　　(A) tin　相信

　　(B) đến　到

　　(C) làm　做

　　(D) yêu cầu　要求

3. Rất đáng tiếc, chúng tôi _____ đáp ứng yêu cầu của khách hàng.

   很可惜，我們_____應付客戶的要求。

   (A) nên 應該

   (B) được 得以

   (C) phải 必須

   (D) có thể 可以

4. Học sinh đang xếp hàng lần lượt _____ đường.

   學生在排隊逐一_____馬路。

   (A) đi 去

   (B) qua 過

   (C) đến 到

   (D) lại 來

5. Sau cơn giông, trên bầu trời _____ một chiếc cầu vồng thật đẹp.

   雷陣雨過後，天空上_____一道很漂亮的彩虹。

   (A) đến 到

   (B) xuất hiện 出現

   (C) tạo nên 造成

   (D) biến mất 消失

（二）請填入正確的詞語。

1. Chúng tôi đã học tiếng Việt sáu tháng rồi. 我們已經學越南語六個月了。

2. Tôi thường đi học đúng giờ. 我常準時上課。

3. Tôi muốn mua một cái áo dài. 我想買一件長袍。

4. Anh ấy gửi cho tôi một bức thư rất dài. 他寄給我一封很長的信。

5. Tôi không muốn nói đến chuyện đó nữa. 我不想談到那件事了。

6. Tôi đang dạy tiếng Việt tại Đài Loan. 我正在台灣教越南語。

7. Chúng tôi rất muốn tìm hiểu văn hóa Việt Nam. 我們很想了解越南文化。

8. Tôi thường mua vé máy bay qua mạng. 我常透過網路買機票。

9. Anh ấy thích viết bằng bút máy. 他喜歡用鋼筆寫字。

10. Hôm nay chúng ta sẽ học lại bài năm. 今天我們重學第五課。

第五單元：形容詞與形容詞詞組

（一）請選出正確的答案。

1. Hiện nay vấn đề an toàn thực phẩm đang ở mức báo động nên mọi người đều tìm mua thức ăn ＿＿＿＿.
   現任的食品安全問題意識正在提升，所以大家都要買＿＿＿＿食品。
   (A) sạch　乾淨
   (B) sạch sẽ　乾乾淨淨
   (C) sành sạch　有點乾淨
   (D) sạch sành sanh　乾乾淨淨

2. Tôi thấy bài hát này rất ＿＿＿＿ tal. 我覺得這首歌很＿＿＿＿耳。
   (A) dễ　容易
   (B) đẹp　美
   (C) vui　喜悅
   (D) dài　長

3. Tiếng Việt thật _____ phát âm. 越南語真_____發音。

(A) khó 難

(B) hay 有趣

(C) ngắn 短

(D) đẹp 美

4. Đây chỉ là một trò quảng cáo _____ tiền.

這只是一個_____廣告伎倆。

(A) rẻ 便宜

(B) hay 有趣

(C) đắt 貴

(D) đẹp 美

5. Hôm nay quả là một ngày _____. 今天真是_____的一天。

(A) khó khăn 困難

(B) lung linh 閃閃發光

(C) rạng rỡ 燦爛

(D) sặc sỡ 花花綠綠

（二）請找出形容詞詞組並翻譯下列句子。

1. Sau một trận mưa rào, tất cả các hồ trong thành phố đã đầy nước.

→ 一陣雷雨過後，市內的所有湖泊已滿水。

2. Vì không đủ tiền nên tôi chỉ dám mua một chiếc Iphone X.

→ 因為不夠錢，所以我只敢買一支Iphone X。

3. Buổi sáng trên đường phố rất đông người.

    → 早上路上很多人。

4. Ông ấy là một người nổi tiếng khó gần.

    → 他是一個出名得難搞的人。

5. Anh ấy thật tuyệt vời.

    → 他真完美。

第六單元：代詞

請選出正確的答案。

1. Hôm nay _____ sẽ đi thăm bảo tàng lịch sử, sau đó họ sẽ ăn trưa tại

    nhà hàng Hoa Sơn.

    今天_____會去參觀歷史博物館，然後他們會在蓮花餐廳吃飯。

    (A) chúng ta 我們

    (B) chúng tôi 我們

    (C) các bạn 你們

    (D) các bạn ấy 他們

2. _____ là những quy định của công ty, các bạn có điều gì chưa được

    rõ không? _____是公司的規定，你們還有什麼不清楚嗎？

    (A) trên này 這上面

    (B) trên đây 以上

    (C) trên kia 那上面

    (D) trên đấy 那上面

3. Ở _____ có nóng không? Ngoài này bây giờ đang vào thu, trời rất mát mẻ.

在_____會熱嗎？這裡正入秋，天氣很涼爽。

(A) trong đó　那裡面

(B) trong này　這裡面

(C) trong kia　那裡面

(D) ngoài kia　那外面

4. _____ tuần này chúng ta đều phải làm thêm mới kịp tiến độ công việc.

_____個禮拜我們都要加班才趕得上進度。

(A) cả　整

(B) một　一

(C) khắp　全

(D) tất　全

5. Người _____ anh đang tìm đang ở trong kia đợi anh.

你正在找_____人在那裡面等你。

(A) của　的

(B) mà　的

(C) này　這

(D) ấy　那

第七單元：數詞

請選出正確的答案。

1. Cô ấy đã đạt giải _____ trong cuộc thi marathon được tổ chức tại Đà Nẵng năm 2015.

   在2015年於峴港舉辦的馬拉松比賽，她得了_____名。

   (A) một 一

   (B) nhất 第一

   (C) đầu tiên 首先

   (D) cuối cùng 最後

2. Tôi cũng không có nhiều tiền, chỉ có thể cho anh vay _____ nghìn thôi.

   我也沒有很多錢，只能借你_____千而已。

   (A) ít 少

   (B) vài 幾

   (C) nhiều 多

   (D) một số 一些

3. Tôi sẽ đi Việt Nam _____ ngày. 我會去越南_____天。

   (A) mười năm 十年

   (B) mười lăm 十五

   (C) mươi năm 十年

   (D) mươi lăm 十五（錯字）

第八單元：單位詞

請選出正確的答案。

1. Anh đi mua _____ hoa quả. 我去買一_____水果。

   (A) cân 公斤

   (B) quả 顆

   (C) trái 顆

   (D) cây 棵

2. Em như _____ gió mùa thu tới làm dịu mát lòng anh.

   你像一_____秋天的風，讓我的心變得涼爽。

   (A) cái 個

   (B) cơn 陣

   (C) cuộc 場

   (D) chiếc 支

3. Ngày mai, hiệu trưởng sẽ có một _____ nói chuyện với các sinh viên

   mới.

   明天校長會有一_____與新生的談話。

   (A) cuộc 場

   (B) câu 句

   (C) lời 番

   (D) trận 陣

4. _____ hát này đã đưa cô ấy lên tầm nữ hoàng nhạc trữ tình.

   這_____歌讓她成為抒情歌的歌后。

   (A) vở　齣

   (B) câu　句

   (C) bài　首

   (D) cuộc　場

5. Mỗi đất nước có một _____ văn hóa khác nhau mang đặc trưng dân
   tộc riêng biệt.

   每個國家都有一_____帶有自己民族特徵的不同文化。

   (A) cuộc　場

   (B) trận　陣

   (C) nền　背景、個

   (D) cái　個

第九單元：疑問詞與疑問句

請選出正確的答案。

1. Chị đi _____ vậy? 你去_____啊？

   (A) ai　誰

   (B) nào　哪個

   (C) đâu　哪

   (D) bao nhiêu　多少

2. Cái áo khoác này là của _____ vậy? 這件外套是_____的啊？

    (A) ai 誰

    (B) cái gì 什麼東西

    (C) bao giờ 何時

    (D) bao nhiêu 多少

3. Một bát phở _____ tiền? 一碗河粉_____錢？

    (A) mấy 幾

    (B) hay 還是

    (C) gì 什麼

    (D) bao nhiêu 多少

4. Anh học tiếng Việt _____ rồi? 你學越南語_____了？

    (A) bao nhiêu 多少

    (B) bao lâu 多久

    (C) ai 誰

    (D) nào 哪

5. Anh thấy cô ấy _____? 你覺得她_____？

    (A) thế nào 如何

    (B) ai 誰

    (C) gì 什麼

    (D) đâu 哪

第十單元：副詞

請選出正確的答案。

1. Tôi tiêu _____ tiền rồi. 我把錢花_____了。

   (A) sắp 快

   (B) hết 光

   (C) không 不

   (D) hơi 有點

2. Nó rất _____ đi chơi đêm. 他很_____去玩到很晚。

   (A) chưa 還沒

   (B) những 些

   (C) thường xuyên 常

   (D) không bao giờ 永不

3. Tôi thấy bản báo cáo này _____ đầy đủ, cần bổ sung thêm.

   我覺得這份報告_____完整，需要多加補充。

   (A) rất 很

   (B) hết 光

   (C) vẫn chưa 還沒

   (D) thỉnh thoảng 偶爾

4. Cô ấy càng ngày càng đẹp _____. 她_____越來越漂亮。

   (A) đi 去

   (B) lại 來

(C) ra　出

(D) vào　進

5. Nó _____ do dự không biết lựa chọn cái nào.

她_____猶豫不知道選哪個。

(A) không đang　不正在

(B) đang rất　正在很

(C) rất đang　很正在

(D) đang từng　正在曾

第十一單元：連詞、介詞

請選出正確的答案。

1. Hướng dẫn viên đưa các bạn đi _____ thì các bạn đi _____, nếu
không chúng tôi sẽ không chịu trách nhiệm khi các bạn bị lạc đường.

導遊帶你們去_____你們就去_____，不然你們迷路我們不會負責。

(A) vừa... vừa...　又……又……

(B) nào... nấy...　哪個……哪個……

(C) đâu... đấy...　哪裡……哪裡……

(D) không... cũng không...　不……也不……

2. Các em ăn _____ thì lấy _____, đừng lãng phí thức ăn.

你們吃_____就拿_____，別浪費食物。

(A) bao nhiêu... bấy nhiêu...　多少……多少……

(B) nào... nấy...　哪個……哪個……

(C) đâu... đấy...　哪裡……哪裡……

(D) không... cũng không...　……不……也不……

3. Cuộc sống càng ngày càng khó khăn, đa phần sinh viên đều phải _____ học _____ làm.

生活越來越辛苦，大部分的學生都要_____讀書_____工作。

(A) lên... đi...　上……去……

(B) đã... lại...　已經……又……

(C) càng... càng...　越……越……

(D) vừa... vừa...　一邊……一邊……

4. Lâu lắm rồi không gặp cậu ấy, trông cậu ấy _____ ngày _____ đẹp trai ra.

好久沒見到他，他看起來_____來_____帥。

(A) vừa... vừa...　又……又……

(B) đã... lại...　已……又……

(C) càng... càng...　越……越……

(D) không những... mà còn...　不但……還……

5. Hôm qua tôi vừa đi ăn _____ cô ấy nhưng không thấy cô ấy nói gì.

昨天我剛_____她去吃飯，但是沒聽她說什麼。

(A) và　和

(B) bằng　等

(C) với　跟

(D) của　的

第十二單元：助詞、驚嘆詞、語氣詞

請選出正確的答案。

1. Anh đi đâu _____? 你去哪_____？

(A) mà 而

(B) vậy 啊

(C) ơi 喂

(D) với 啊

2. _____, phở ngon quá! _____，河粉好好吃喔！

(A) ôi 哇

(B) vậy 那

(C) thì 就

(D) thôi 吧

3. Chúng ta nghỉ, ăn trưa _____! 我們休息，吃午餐_____！

(A) thôi 吧

(B) đấy 啊

(C) mà 而

(D) hả 哈

4. Anh đi cẩn thận _____! 你小心走_____！

(A) nhé 吧

(B) nhỉ 吧

(C) đi 吧

(D) vậy 啊

5. _____ tôi cũng không biết anh ấy đi lúc nào.

_____我也不知道他什麼時候走。

(A) ngay cả 連

(B) ôi 哇

(C) đây 這

(D) rằng 曰

第十三單元：詞性的變化及多義詞

請將下列句子翻譯成中文。

1. Tôi để sách ở trên bàn để cho anh ấy xem để biết trong đó viết gì.

   → 我把書放在桌上，讓他看了就知道裡面寫什麼。

2. Anh ấy bị đau dạ dày nên anh không nên ép anh ấy uống nhiều rượu như vậy.

   → 他胃潰瘍所以你不應該逼他喝那麼多酒。

3. Tôi là sinh viên mới mới đến Đài Loan được 6 tháng.

   → 我是新學生，才來台灣6個月而已。

4. Con ngựa đá con ngựa đá. → 馬踢石馬。

5. Anh ấy đậu xe cạnh ruộng đậu. → 他停車在豆田旁。

6. Anh ấy hiện đang đầu quân cho câu lạc bộ bóng đá hàng đầu châu Âu.

   → 他目前在歐洲領頭羊的足球隊效力。

7. Vậy thì tôi không mua nữa vậy. → 那我就不買了啊。

第十四單元：句法

請用下列詞語造句。

1. **đẹp** 漂亮

   → Cái áo này rất đẹp. 這件衣服很漂亮。

2. **nói** 説

   → Cô ấy nói là cô ấy không thích đi chơi. 她説她不喜歡去玩。

3. **cụ thể** 具體、詳細

   → Bạn hãy nói cụ thể cho tôi nghe. 請你詳細地告訴我。

4. **chi tiết** 細節

   → Đây là một chi tiết quan trọng trong vụ án này.

   這是這個案子的重要細節。

5. **hạnh phúc** 幸福

   → Ôi, tôi thấy mình hạnh phúc quá! 哇，我覺得自己很幸福！

6. **sách vở** 書本

   → Học hành, sách vở, thật mệt mỏi! 讀書、書本，真累人！

7. **con cái** 兒女

   → Tất cả cha mẹ trên thế gian này đều hết lòng vì con cái họ.

   世間上的父母都為了兒女而盡力。

8. **bóng đá** 足球

   → Người Đài Loan ít xem bóng đá. 台灣人很少看足球。

9. **thành công** 成功

   → Tôi tin rằng anh ấy sẽ thành công. 我相信他會成功。

10. **là** 是

    → Tiếng Việt là một ngôn ngữ đơn lập. 越南語是一個孤立的語言。

第十五單元：複合句

請用下列相關連詞造句。

1. do... nên...（由於……所以……）

   → Do bị dị ứng nên tôi không ăn hải sản.

   由於過敏，所以我不吃海產。

2. giá như... thì...（假如……就……）

   → Giá như tôi không bị dị ứng thì tôi sẽ ăn hải sản.

   假如我不過敏，我就吃海產。

3. tuy... nhưng...（雖然……但是……）

   → Tuy không bị dị ứng nhưng tôi không thích ăn hải sản.

   雖然不過敏，但是我不喜歡吃海產。

4. thà... còn hơn...（寧願……也不要……）

   → Thà ăn rau còn hơn ăn hải sản. 寧願吃青菜，也不要吃海產。

5. nếu không...（不然……）

   → Đừng ăn hải sản, nếu không bạn sẽ bị dị ứng đấy!

   別吃海產，不然你會過敏喔！

6. không những... mà còn...（不但……還有……）

   → Tôi không những bị dị ứng với hải sản mà còn dị ứng với thịt bò.

   我不但對海產過敏，還對牛肉過敏。

第十六單元：標點符號及大寫規則

請找出錯誤的地方，並寫出正確答案。

1.　Anh hãy nói cho tôi biết về kế hoạch của anh.

　　→ 請跟我説明你的計畫。

2.　Ngày mai chúng tôi sẽ đi du lịch ở Thành phố Hồ Chí Minh.

　　→ 明天我們要去胡志明市旅遊。

3.　Hôm nay là Chủ Nhật, chúng tôi không phải đi làm.

　　→ 今天是星期天，我們不用上班。

4.　Ô-ba-ma là tổng thống đầu tiên của Mĩ không phải là người da trắng.

　　→ 歐巴馬是第一個不是白人的美國總統。

5.　Hà Nội là thủ đô của Việt Nam.

　　→ 河內是越南的首都。

國家圖書館出版品預行編目資料

實用越語語法輕鬆學 / 阮氏青河著
-- 初版 -- 臺北市：瑞蘭國際, 2018.06
288面；17×23公分 --（繽紛外語；77）
ISBN：978-986-96207-5-8（平裝）
1.越南語 2.語法
803.796   107006512

繽紛外語 77

實用越語語法輕鬆學

作者｜阮氏青河
責任編輯｜林珊玉、王愿琦、潘治婷
校對｜阮氏青河、林珊玉、王愿琦、潘治婷

封面設計、版型設計、內文排版｜陳如琪

瑞蘭國際出版

董事長｜張暖彗 ・ 社長兼總編輯｜王愿琦
編輯部
副總編輯｜葉仲芸 ・ 副主編｜潘治婷 ・ 文字編輯｜鄧元婷
美術編輯｜陳如琪
業務部
副理｜楊米琪 ・ 組長｜林湲洵 ・ 專員｜張毓庭

法律顧問｜海灣國際法律事務所　呂錦峯律師

出版社｜瑞蘭國際有限公司
地址｜台北市大安區安和路一段 104 號 7 樓之一
電話｜ (02)2700-4625 ・ 傳真｜ (02)2700-4622
訂購專線｜ (02)2700-4625 ・ 劃撥帳號｜ 19914152 瑞蘭國際有限公司
瑞蘭國際網路書城｜ www.genki-japan.com.tw

總經銷｜聯合發行股份有限公司
電話｜ (02)2917-8022、2917-8042 ・ 傳真｜ (02)2915-6275、2915-7212
印刷｜科億印刷股份有限公司
出版日期｜ 2018 年 06 月初版 1 刷 ・ 定價｜ 420 元 ・ ISBN ｜ 978-986-96207-5-8
　　　　　 2020 年 05 月初版 2 刷

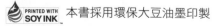 本書採用環保大豆油墨印製